# மர்ம தேசத்தின் புதைக்கப்பட்ட உண்மைகள்

வர்ஷா சத்தியமூர்த்தி

Made with ♥ on the Notion Press Platform
www.notionpress.com

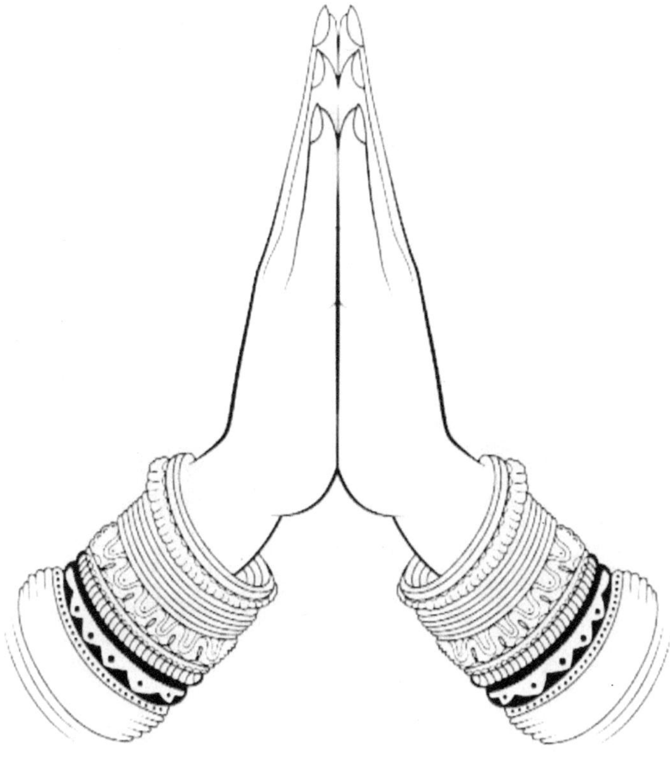

எல்லாம் வல்ல இறைவனுக்கும், எனது பெற்றோருக்கும் மற்றும் எனது ஆசிரியர்களுக்கும் இந்த புத்தகத்தை சமர்ப்பிக்கிறேன்.

# பொருளடக்கம்

# பொருளடக்கம்

# முன்னுரை

அன்பு வாசகர்களே,

இந்நூல் Buried Truths Of The Haunted Forest, என்னும் எனது ஆங்கில நூலின் தமிழாக்கம் ஆகும்.

மனித சமுதாயம் தோன்றி பல ஆயிரம் வருடங்கள் ஆன பின்பும், மனிதன் அறிவியலின் உச்சத்தை தினம் தினம் தொட்டு கொண்டு இருக்கும் இந்த வேளையிலும் அறிவியலுக்கும் அமனுஷியத்துக்கும் போட்டி தொடர்ந்து கொண்டு தான் இருக்கிறது. இந்த கதையிலும் அது தான் தொடர்கிறது.

வாழ்வில் துணிவு வேண்டும் என பலர் சொல்லி கேள்விப்பட்டிருப்போம்.

உண்மையில் துணிவு என்றால் என்ன? அஞ்சாமல் இருப்பதா? இல்லை. துணிவு அஞ்சாமல் இருப்பது அல்ல, அது அந்த பயத்தை அடையாளம் கண்டு அதை வெற்றி கொள்வதே ஆகும். அப்படி பட்ட சாகசம் நிறைந்த துணிச்சலான கதையில் தான் நாம் பயணிக்க இருக்கிறோம். இது ஒரு கற்பனை கதையே, அதனால் சிறிது நேரம் உங்கள் கவலைகளை மறந்து இந்த அழகிய மர்ம தேசத்தில் பயணித்து வென்றது யார்? அறிவியலா? அமானுஷ்ய சக்திகளா? என தெரிந்து கொள்வோம்.

# முகவுரை

அது ஒரு அழகிய மாலை பொழுது. இனிய தேன் நிற வானில் அன்று சந்திரன் வேகமாக பிரவேசித்து கொண்டிருந்தான், அரசனை சூழ்ந்து தொடர்ந்து வரும் கம்பீர வீரர்களை போல் நட்சத்திர பரிவாரங்கள் காட்சியளிக்க தொடங்கின.

இந்த அற்புத காட்சியை மேலும் மெருகேற்றியது போல் அமைந்திருந்தது வைரமலையும் அதனை சுற்றி இருந்த காடுகளும்.

அந்த காட்டில் நிசப்தம் நிலவியது. ஒரு சில பறவைகள் மற்றும் விலங்குகளின் சத்தம் மட்டுமே அங்கு ஒலித்தது.

அமைதியின் மறு உருவம் போல் தோன்றிய அந்த காட்டில், திடீரென ஒரு மனித குரல், "ஐயோ....காப்பாற்றுங்கள், என்னை விட்டு விடுங்கள்...காப்பாற்றுங்கள் ..." என அலறியது.

ஒரு சில நிமிடங்களில் அந்த குரலின் சத்தம் நின்றது.

அந்த பச்சை நிற காட்டில் மீண்டும் அமைதி நிலைகொண்டது.

இந்த வைர மலை காட்டில் அமைதி மட்டும் அல்ல பெரும் மர்மங்களும் அடங்கியுள்ளது.

இந்த காட்டில் நுழையும் ஒவ்வொருவருக்கும் மரணம் நிச்சயம் என நம்பப்படுகிறது.

# 1

# தோழிகளின் அரட்டை

“மர்ம மரணங்களின் கதை தொடர்கிறது: வைரமலை வனப்பகுதி வழியாக தற்செயலாகச் சென்ற மேலும் ஒருவர் காட்டின் புறப்பகுதியில் இறந்து கிடந்தார். இதன் மூலம் வைர மலை வனப்பகுதியில் காணாமல் போனவர்களின் எண்ணிக்கை 18 ஆக உயர்ந்துள்ளது” என்று செய்தி தாளை வாசித்து கொண்டிருந்தாள் ஆதியா. அவள் கடந்த 2 ஆண்டுகளாக அதே செய்தி நிறுவனத்தில் பத்திரிகையாளராக பணியாற்றி வருகிறாள்.

“இந்த தொடர் கொலைகளுக்கு ஒரு முடிவு கிடையாதா?” என்று முணுமுணுத்தாள் ஆதியா.

ஆதியா மூன்று கோப்பையில் தேநீர் எடுத்து கொண்டு முன் அறைக்கு சென்றாள். அங்கு அவள் அதை தன் தோழிகள் இருவருடன் பருகினாள்.

"தேநீரில் இன்னும் கொஞ்சம் சர்க்கரை சேர்த்திருக்கலாம்", என்று காவேரி முணுமுணுத்தாள்.

"இன்னும் சற்று காட்டமாக இருந்திருக்கலாம்", என சரயு தொடர்ந்தாள்.

“அப்படியா, நீங்கள் இருவரும் சிறந்த சமையல் கலைஞர்கள் என நான் அறிவேன். அதனால் நாளை முதல் நீங்கள் இருவரும் சிறந்த தேநீரை தயார் செய்யுங்கள்”, என்று ஆதியா நகைத்தாள்.

“ஆ! நாங்கள் சும்மா வேடிக்கையாக கூறினோம் , இது தான் இவ்வுலகின் சிறந்த தேநீர். தயவு கூர்ந்து எங்களை மன்னித்து விடு ”, என காவேரியும் சரயுவும் கெஞ்சினார்கள்.

காவேரி மற்றும் சரயுவின் பரிதாப முகங்களை கண்டு சிரித்துக் கொண்டிருந்தாள் ஆதியா.

காவேரி, ஒரு எழுத்தாளர். பல மர்ம கதைகள் எழுதி இருக்கிறாள் . பல திகில் படங்கள் மற்றும் தொடர்களுக்கு கதை மற்றும் வசனம் எழுதுகிறாள்.

சரயு வரலாற்று இணைப் பேராசிரியராக பணிபுரிகிறார். தொல்லியல் மற்றும் வரலாற்றில் மிகுந்த ஆர்வம் கொண்ட அவர், புத்தகங்கள் மற்றும் ஆராய்ச்சிகளில் ஆழ்ந்த ஈடுபாடு கொண்டவர், சுருக்கமாக, "புத்தகப் புழு".

மூவரும் சிறுவயதிலிருந்தே நண்பர்கள். இப்போது வைரமலைக்கு அருகிலுள்ள ஒரு சிறிய நகரத்தில் ஒன்றாக வாழ்கின்றனர்.

மூவரில், ஆதியாவிற்கு மட்டுமே சமைக்க தெரியும் (காவேரியும் சரயுவும் ஆதியாவிடம் ஏன் கெஞ்சினார்கள் என்பதை இப்போது யூகிப்பது எளிது).

# 2

# புது திட்டம்

ஆதியா தன் அலுவலகத்திற்கு வந்தாள்.

“ஆதியா, சீனியர் மேனேஜர் உங்களை சந்திக்க விரும்புகிறார்,” என்று வரவேற்பாளர் கூறினார்.

“சரி,” என்று சொல்லிவிட்டு ஆதியா தன் மேலாளரை சந்திக்க சென்றாள்.

"காலை வணக்கம் ஆதியா, வைர மலையில் நேற்று ஒரு ஆணின் சடலம் கண்டெடுக்கப்பட்டத்தை பற்றிய செய்தியை நீங்கள் பார்த்திருப்பீர்கள் என நம்புகிறேன்”, என்றாள் அவளது மேலாளர் பிரியா.

"ஆம் பிரியா, இந்த மரணங்கள் அனைத்திற்கும் பின்னால் ஒரு மர்மம் இருக்கிறது" என்றாள் ஆதியா.

“நீ சொல்வது சரிதான். வனத்தை சுற்றியுள்ள மக்கள், காடுகளுக்கு அதீத இயற்கை சக்திகள் இருப்பதாக நம்புகிறார்கள், மேலும் பல அமானுஷ்ய நிகழ்வுகளை கண்டதாகவும் கூறுகிறார்கள்”.

“ஆதியா, இந்த விசித்திரமான கொலைகளுக்கு பின்னால் உள்ள காரணத்தைக் கண்டறிய நம் பத்திரிகை தரப்பிலிருந்து முயற்சி எடுக்க முடிவு செய்துள்ளோம், ”என்று பிரியா கூறினார்.

“நிச்சயமாக! இது நம் கடமை. உண்மையான பத்திரிகை-யாளர்கள் எப்போதும் செய்திகளைத் தாண்டி உண்மையை வெளிக்கொணர வேண்டும்” என்று உற்சாகமாக பதிலளித்-தாள் ஆதியா.

"எனக்கு தெரியும் ஆதியா, நீ ஒரு துணிச்சலான பெண். அதனால் தான், நீ இந்த திட்டத்தை முன் நின்று செயல்ப-டுத்த வேண்டும் என நான் விரும்புகிறேன்" என்று அவளது மேலாளர் கூறினார்.

“அப்படியா! நான் மிகுந்த பாக்கியசாலி ஆவேன்,” என்-றாள் ஆதியா.

“ஆம் ஆதியா, உனக்கு எந்த உதவி தேவை பட்டாலும் என்னை எப்போது வேண்டுமானாலும் தொடர்பு கொள்ள-லாம்” என்றாள் பிரியா.

“மிக்க மகிழ்ச்சி” என்றாள் ஆதியா.

"ஆனால் கவனமாக இருக்க வேண்டும், இது மிகவும் ஆபத்தான முயற்சி. உன் பாதுகாப்பு தான் எனது முதல் முன்னுரிமை” என்று எச்சரித்தார் பிரியா.

“நிச்சயமாக, எனக்குப் புரிகிறது,” என்று கூறிவிட்டுத், தன் மேலாளருக்கு மீண்டும் நன்றி சொல்லிவிட்டு, கேபினை விட்டு வெளியேறினாள் ஆதியா.

ஆதியா மிகவும் உற்சாகமாக காணப்பட்டாள், அவளால் இனி காத்திருக்க முடியாது. உற்சாகத்துடன் அலுவலகத்தை விட்டு வெளியேறினாள்.

# 3

# பீதியில் சரயு

"சரயுவை நான் சந்திக்கலாமா?" என சரயு பணிபுரியும் கல்லூரியில் உள்ள வரவேற்பாளரிடம் ஆதியா விசாரித்தாள்.

"நிச்சயமாக, சரயுவிடம் நான் தெரிவிக்கிறேன். அதுவரை தாங்கள் காத்திருக்கலாம்" என்று வரவேற்பாளர் பதிலளித்தார்.

"நன்றி," என்றாள் ஆதியா.

பார்வையாளர்கள் பகுதியில் காத்திருந்தாள்.

ஆதியா இதுவரை இங்கு வந்ததில்லை, இந்தப் பகுதியில் உள்ள பிரமாண்டமான ஓவியங்கள் மற்றும் சிற்பங்களைக் கண்டு வியந்தாள்.

ஒரு பிரமாண்டமான பீரியட் மூவி செட்டில் இருப்பது போல் இருந்தது.

"ஆதியா, என்ன ஆச்சரியம்?" என்று மகிழ்ச்சியுடன் கேட்டாள் சரயு.

"சரயு, எனக்கு உன் உதவி தேவை" என்றாள் ஆதியா.

"என்ன உதவி?" என்று கேட்டாள் சரயு.

"வைரமலை காடுகளைப் பற்றி எனக்குச் சில விவரங்கள் தேவை" என்றாள் ஆதியா.

சரயு அதிர்ந்தாள்.

"ஆதியா... ஆனால் ஏன்?"

"சரயு, அங்கு நடக்கும் தொடர் மரணங்களுக்கு பின்னால் உள்ள காரணத்தைக் கண்டறியும் பணி எனக்கு கொடுக்கப்பட்டுள்ளது, உங்கள் நூலகத்தில் அந்தக் காட்டை பற்றிய விவரங்கள் நிச்சயமாக இருக்கும்," என்றாள் ஆதியா.

"இது மிகவும் ஆபத்தானது, நீ இதற்கு சம்மதித்திருக்க கூடாது," என சரயு பதட்டத்துடன் சொன்னாள்.

"எனக்குத் தெரியும், ஆனால் இது நான் எதிர்பார்த்து காத்துக் கொண்டிருந்த ஒன்று. இந்த சவாலான ப்ராஜெக்ட் என்னை உயரத்திற்கு கொண்டு செல்லும், ப்ளீஸ் சரயு," என்று கெஞ்சினாள் ஆதியா.

"சரி ஆதியா, எங்களிடம் இந்த ஊர் மற்றும் வைரமலை பற்றிய விவரங்கள் சேமித்து வைக்கப்பட்டுள்ள ஒரு நூலகம் உள்ளது, அவற்றை உனக்கு எடுத்து வருகிறேன்," என்றாள் சரயு.

"ரொம்ப தேங்க்ஸ், ஈவினிங் மீட் பண்ணுவோம், பை" என்று சொல்லிவிட்டு ஆதியா கிளம்பினாள்.

ஆனால் சரயு ஆதியாவின் முடிவால் அதிர்ச்சி அடைந்தாள்.

# 4

# சூடான விவாதம்

அன்று மாலை வீட்டில்.

"நாம் ஏன் இங்கு கூடியிருக்கிறோம்?" என்று காவேரி தன் மாலை சிற்றுண்டியை தின்று கொண்டே கேட்டாள்.

“சரயு வரும் வரை காத்திரு. இன்று நான் மிகவும் உற்சாகமாக இருக்கிறேன்” என்றாள் ஆதியா.

சரயு அறைக்குள் நுழைந்தாள்.

அவளிடம் ஒரு பச்சை நிற கோப்பு இருந்தது.

ஆதியா உற்சாகமாக, சரயுவிடம் இருந்து கோப்பை வலுக்கட்டாயமாக இழுத்தாள்.

"உன் புது ப்ராஜெக்ட் உன்னை உற்சாச்சப்படுத்துவதை நான் அறிவேன். ஆனால் இது முற்றிலும் ஆபத்தானது", என சரயு கவலையோடு சொன்னாள்.

“என்ன ஆபத்தானது? என்ன திட்டம்? நீங்கள் இருவரும் என்ன பேசுகிறீர்கள்?” என்று குழப்பத்துடன் கேட்டாள் காவேரி.

“காவேரி, வைரமலையில் நடக்கும் தொடர் கொலைகளின் மர்மங்களை கண்டுபிடிக்க ஆதியா ஒரு திட்டத்தை கையிலெடுத்திருக்கிறாள்”, என்று விரக்தியுடன் சொன்னாள் சரயு.

“என்ன? ஆதியா அது உண்மையா?” என்று காவேரி கேட்டாள்.

“ஆம் காவேரி, அதை தான் உன்னிடம் சொல்ல வந்தேன்” என்றாள் ஆதியா.

“சபாஷ்! இது ஒரு அற்புதமான வாய்ப்பு”.

"ஆனால், நீ என்னையும் உன்னுடன் அழைத்துச் செல்ல வேண்டும்" என்றாள் காவேரி.

சரயு அதிர்ந்தாள்.

“காவேரி உனக்கு பைத்தியமா? நீ ஆதியாவை எச்சரித்து இந்த திட்டத்தை தொடர விடமாட்டாய் என்று நினைத்தேன்” என்று சரயு ஏமாற்றத்துடன் கூறினாள்.

“சரயு, கவலைப்படாதே. இது ஆதியாவுக்கான திட்டம் மட்டுமல்ல, இது ஒரு த்ரில்லர் நாவலை எழுத எனக்கு உதவும். எனவே எங்களை தடுக்காதே” என்றாள் காவேரி.

ஆதியா காவேரியை அணைத்துக் கொண்டாள்.

“சரயு, பயப்பட ஒன்றுமில்லை. அமானுஷ்ய விஷயங்கள், ஆவிகள் போன்றவற்றில் எனக்கு நம்பிக்கை இல்லை... அவை நம்மை குழப்பும் வதந்திகள். அங்கு நிகழ்ந்த கொலைகள் அமானுஷ்யமான கொலைகள் அல்ல என்று நான் நம்புகிறேன். இந்தக் குற்றங்களுக்குப் பின்னால் சிலர் இருக்க வேண்டும்” என்றாள் ஆதியா.

“ஆனால்...”, சராயுவால் ஆதியாவை சமாதானப்படுத்த முடியவில்லை.

# 5

# ஒரு வினோதமான இரவு

நண்பர்கள் மூவரும் இரவு உணவை முடித்துவிட்டு உறங்கச் சென்றனர்.

ஆதியாவால் தூங்க முடியவில்லை.

அவள் ப்ரொஜெக்ட்டில் மிகவும் உற்சாகமாக இருந்தாள்.

சரயு கொடுத்த ஆவணங்களை எடுத்துக் கொண்டு மொட்டை மாடிக்கு சென்றாள்.

அது ஒரு பௌர்ணமி இரவு, ஆந்தையின் அலறலும், தூரத்தில் நாய்கள் குரைக்கும் சத்தமும் மட்டுமே அவளால் கேட்க முடிந்தது.

நிலவின் ஒளி வெண்ணிற ஆறென பெருக்கெடுக்க, ஆதியா அந்த கோப்பை படிக்க ஆரம்பித்தாள்.

“வைரமலை மிகவும் பழமையான மலை. இந்த மலை பல அறிய வைர படிவங்களை கொண்டது.

ஒரு உள்ளூர் புராணத்தின் படி, இந்த வைரங்கள் வைர-வர்த்தினி கடவுளுக்கு சொந்தமானது, அவர் இந்த இடத்தை காப்பவர் என்று நம்பப்படுகிறது.

மேலும் இந்த வைரங்களைப் பாதுகாக்க ஒரு சக்-திவாய்ந்த ஆவி எப்போதும் காட்டில் உலவுவதாகவும்,

அதனால்தான் காட்டுக்குள் நுழைபவர்கள் வினோதமான முறையில் கொல்லப்படுவதாகவும் நம்பப்படுகிறது" என்று எழுதப்பட்டிருந்தது.

ஆதியா தொலைவில் தெரிந்த வைரமலையையும் அதைச் சுற்றியுள்ள காடுகளையும் பார்த்தாள். அந்த நிசப்தமான காட்டில் விவரிக்க முடியாத மர்மம் மேலோங்கி நிற்பதை அவளால் உணர முடிந்தது.

தைரியமான ஆதியா இதுவரை அனுபவித்திராத ஒரு விசித்திரமான பயத்தை உணர்ந்தாள்.

ஆதியாவால் இது உண்மைக் கதை என்று நம்ப முடியவில்லை. அவள் அறிவியலை நம்பினாள், மூடநம்பிக்கைகளை அல்ல.

பெருமூச்சுவிட்டு அழகான இரவு வானத்தைப் பார்த்தாள்.

கோப்பை மூடிவிட்டு தூங்கச் சென்றாள்.

# 6

# மலை கிராமம்

ஆதியா தனது ப்ரொஜெக்ட்டை எண்ணி மிகவும் உற்சா-கமாக இருந்தாள். காட்டை ஒட்டிய கிராமத்தில் வசிக்கும் மக்களை சந்திக்கச் சென்றாள்.

நகரத்திலிருந்து கிராமத்தை நோக்கி செல்ல தொடங்க, மக்களின் சலசலப்பு குறையத் தொடங்கியது.

மரங்களின் அடர்த்தி அதிகரித்தது.

சாலையில் யாரையும் காண முடியவில்லை, அவளும் அவளது ஸ்கூட்டரும் மட்டுமே சாலையில் சென்றுகொண்-டிருந்தன.

சிறிது நேரம் கழித்து, அவள் தூரத்தில் சில குடிசை-களைக் கவனித்தாள். அவை அதிகம் இல்லை, ஆனால் நெருக்கமாக அமைந்திருந்தன.

ஓலைக் கூரையும் மண் சுவர்களும் அந்த இடத்தில் பரவியிருந்த வறுமையின் பாடலைப் பாடின.

அங்கே சிறு குழந்தைகள் தங்கள் தெய்வீகப் புன்னகை-யுடன் விளையாடிக் கொண்டிருந்தனர்.

ஆதியா சென்றடைந்த உடன், குழந்தைகள் உற்சா-கத்துடன், கூச்சலிட்டு, அலறியடித்துக் கொண்டு அவளது வாகனத்திற்கு பின் வந்தனர்.

"அக்கா...அக்கா..." என்று கூச்சலிட்டனர்.

ஆதியாவின் பையில் சில சாக்லேட்டுகள் இருந்தன, சிலவற்றை எடுத்து குழந்தைகளுக்கு கொடுத்தாள்.

குழந்தைகள் அவற்றை பெற்று கொண்டு மீண்டும் விளையாட ஆரம்பித்தனர்.

அவள் ஸ்கூட்டரை நிறுத்தி விட்டு அருகில் இருந்த குடிசைக்கு நடக்க ஆரம்பித்தாள்.

விரிசல் விழுந்த சுவர்களைக் கொண்ட பழைய குடிசை அது.

நுழைவாயில் மிகவும் தாழ்வாக இருந்ததால் உள்ளே வருபவர்கள் தலையை குனிந்து கொண்டு தான் வர வேண்டும்.

அங்கு முழு அமைதி நிலவியது, அது ஒரு கைவிடப்பட்ட வீடு போல் காட்சியளித்தது.

ஆனால் ஆதியாவால் ஒரு முடிவுக்கு வர முடியவில்லை, ஏனென்றால் சில மண் பானைகள் வெளியே வைக்கப்பட்டிருந்தன, மேலும் சில துணிகள் ஒரு சிறிய புதரில் காய்ந்து கொண்டிருந்தன.

திடீரென்று, சிறிய கதவு வழியாக ஒருவர் வெளியே வந்தார்.

அதிர்ச்சியடைந்த ஆதியா, சுமார் 100 வயது மதிக்கத்தக்க ஒரு மூதாட்டியை பார்த்தாள்.

இப்படி ஒரு வயதான பெண்ணை அவள் தன் வாழ்நாளில் பார்த்ததே இல்லை.

அந்த மூதாட்டி, தன் நடுங்கும் குரலில் தாழ்ந்த தொனியில் பேச ஆரம்பித்தாள், "நீ யார் இளம்பெண்ணே? என்ன வேண்டும் உனக்கு?"

ஆதியாவால் அதிர்ச்சியில் இருந்து மீள முடியவில்லை.

"ஆம், நான் ஒரு பத்திரிக்கை நிருபர். பக்கத்து ஊரில் இருந்து வருகிறேன். வைரமலை மற்றும் அதைச் சுற்றியுள்ள காடுகளைப் பற்றி அறிய விரும்புகிறேன்", என ஆதியா சந்தேகத்துடன் கூறினாள்.

அதுவரை சிரித்த முகத்துடன் இருந்த மூதாட்டி கோபமடைந்தார்.

அந்த மூதாட்டியிடம் இருந்து இப்படி ஒரு வெளிப்பாட்டை கண்டு அதிர்ச்சியும் பயமும் அடைந்தாள் ஆதியா.

"நீ ஏன் அதைப் பற்றி அறிய விரும்புகிறாய் ?",என அந்த மூதாட்டி கேட்டார்.

“சமீபத்தில் நடந்த கொலைகளை பற்றி அறிந்து கொள்ள காட்டுக்குள் செல்ல போகிறேன்” என்றாள் ஆதியா பயத்துடன்.

“நிறுத்து! போய்விடு, காட்டின் திசையைப் பார்க்க கூட முயற்சிக்காதே, போ...ஓடு•••” என்ற மூதாட்டி ஒரு தடியை கையில் எடுத்து ஆதியா நின்ற திசையில் எறிந்தாள்.

ஆதியா இதை சற்றும் எதிர்பார்த்திருக்கவில்லை.

அவள் குழம்பிப்போய் தன் ஸ்கூட்டருக்கு திரும்பினாள்.

"நில்" என்று ஒரு ஆண் குரல் கேட்டது.

ஆதியா திரும்பிப் பார்த்தாள், சுமார் 60 வயது மதிக்கத்தக்க ஒரு மனிதனை கண்டாள்.

இந்த மனிதனும் விசித்திரமாகத் தெரிந்தான். கருப்பு அங்கியும் தலையில் கருப்பு தலைப்பாகையும் அணிந்திருந்தார்.

அவர் நீண்ட தாடி மற்றும் மீசை மற்றும் பல ருத்ராட்ச மாலையை அணிந்திருந்தார்.

ஆதியா திகைத்துப் போனாள்.

“இந்த காடு முழுவதும் வைரவர்த்தினியின் கட்டுப்பாட்டில் உள்ளது, அந்நியர்கள் காட்டுக்குள் நுழைவதை அவள் விரும்பவில்லை. உள்ளே நுழைய முயன்றால் நீயும் இவ்வுலகை விட்டுச் செல்ல வேண்டியிருக்கும்” என்று எச்சரித்தான் அந்த விசித்திரமான மனிதன்.

"எனக்கு எந்த ஆவியையும் கண்டு பயம் இல்லை, இங்கு நடக்கும் மர்ம மரணங்களுக்கு என்ன காரணம் என்று எனக்கு தெரிய வேண்டும்" என்று தைரியமாக கூறினாள் ஆதியா.

“அப்படியானால் உன் நாட்களை எண்ண தொடங்கிவிடு. உன்னை யாரும் காப்பாற்ற மாட்டார்கள்” என்று எச்சரித்து விட்டு சென்றான் அந்த வினோத மனிதன்.

ஆதியா குழப்பத்தோடு தன் அலுவலகத்திற்கு கிளம்பி-னாள்.

# 7

# அலுவலகத்தில்

“ஆதியா? நீ கிராமத்திற்கு சென்று திரும்பிய பின் ஏன் குழப்பமாக இருக்கிறாய்?”, என்று அவளின் மேனேஜர் பிரியா கேட்டாள்.

"ஆம், நான் சென்று வந்தேன், ஆனால் அந்த கிராமத்தின் மக்கள் மிகவும் விசித்திரமானவர்கள்," என்று ஆதியா கூறினாள்.

“என்ன விசித்திரம்?”, என்று கேட்டாள் ப்ரியா.

“வைரமலை பற்றி நான் பேசத் தொடங்கும் வரை அவர்கள் நல்லவர்களாகவே இருந்தார்கள், ஆனால் நான் அதை பற்றி பேச தொடங்கியதும் அவர்கள் மிக ஆக்ரோஷமாக நடந்துகொண்டனர் ”என்ற ஆதியா பெருமூச்சு விட்டாள்.

“நான் அதை எதிர்பார்த்தேன். ஆதியா, கவலைப்படாதே. அங்குள்ள மக்கள் கல்வியறிவு இல்லாதவர்கள் மற்றும் அறிவியலைப் பற்றி அறியாதவர்கள்”

“ஆதியா, நான் அதிகாரிகளிடம் பேசி, நீ வைர மலையைப் பார்க்க ஸ்பெஷல் பர்மிஷன் வாங்கிவிட்டேன்” என்றாள் பிரியா.

“சபாஷ்! “, என்றாள் ஆதியா உற்சாகமாக.

"ஆதியா, உன் உதவிக்கு உள்ளூர் வழிகாட்டி ஒருவரையும் நான் ஏற்பாடு செய்துள்ளேன்", என்று பிரியா கூறினார்.

“நன்றி. வழிகாட்டி யார்?” என்று கேட்டாள் ஆதியா.

“மாயன்” என்று பிரியா பதிலளித்தாள்.

“மாயனா? அவர் யார்?” என வினவினாள்.

"அவர் காட்டுக்குள் வசிக்கும் பழங்குடி குடும்பத்தைச் சேர்ந்தவர், அவருக்கு காட்டில் உள்ள இடங்கள் அனைத்தும் தெரியும், அவர் உனக்கு உதவுவார்" என்று பிரியா கூறினார்.

ஆதியா தன் மேனேஜருக்கு நன்றி சொல்லிவிட்டு கிளம்பினாள்.

# 8

# திட்டத்தில் மாற்றம்

காட்டுக்குள் செல்ல போகும் நாளின் முந்தய இரவில்.

“ஆதியா, இன்னும் நேரம் இருக்கிறது, தயவுசெய்து இதை நிறுத்து, போகாதே” என்றாள் சரயு.

“சரயு, நான் உன்னை இவ்வளவு கோழையாக இருப்பாய் என நினைக்கவில்லை” என்றாள் ஆதியா.

"இது தைரியத்தைப் பற்றியது அல்ல, இது உன் வாழ்க்கை. நான் உன்னை மிகவும் நேசிக்கிறேன், அதனால் தான் உன்னை இழக்க விரும்பவில்லை,” என்று சரயு அழ ஆரம்பித்தாள்.

“இந்த நாடகத்தை நிறுத்துங்கள். சரயு, ஆதியாவின் புத்-திசாலித்தனத்தில் உனக்கு நம்பிக்கை இல்லையா?" என்று காவேரி கேட்டாள்.

“எனக்குத் தெரியும் ஆதியா புத்திசாலி மற்றும் திறமை-யானவள். ஆனால், இது மிகவும் ஆபத்தானது” என்றாள் சரயு.

“சரி, என்னிடம் ஒரு யோசனை உள்ளது” என்றாள் காவேரி.

"என்ன யோசனை?" என்று கேட்டாள் ஆதியா.

“நாம் மூவரும் வைரமலைக்கு போகலாம்” என்றாள் காவேரி.

ஆதியாவும் சரயுவும் அதிர்ந்தனர்.

“இல்லை, என்னால் உங்களை சிக்கலில் சிக்க வைக்க முடியாது. காவேரி நீ இங்கேயே இரு, சரயுவை பார்த்துக்கொள்” என்றாள் ஆதியா.

சரயு பேசாமல் இருந்தாள்.

ஆதியாவுக்கும் காவேரிக்கும் இடையே கடும் வாக்குவாதம் ஏற்பட்டது.

அப்போது பிரியா வீட்டிற்குள் நுழைந்தாள்.

“ஆதியா, உனக்கு வேண்டுமானால் உன் நண்பர்களையும் அழைத்துச் செல்லலாம். எனக்கு எந்த பிரச்சனையும் இல்லை” என்று பிரியா கூறினார்.

“ஆனால்...”, ஆதியா குழம்பினாள்.

"நன்றி பிரியா, நாங்கள் ஆதியாவுடன் இணைந்து செல்ல ஆவலாக உள்ளோம்" என்றாள் காவேரி.

சற்று யோசித்த ஆதியா, “சரி, நாம் ஒன்றாக செல்வோம்” என்றாள்.

காவேரி உற்சாகத்துடன் குதிக்க ஆரம்பித்தாள்.

“கவலைப்படாதே சரயு, நான் பார்த்துக் கொள்கிறேன்” என்றாள் ஆதியா.

“நண்பர்களே, இது மிகவும் ஆபத்தான திட்டம். உங்கள் பாதுகாப்பு தான் முக்கியம். ஒருவேளை நீங்கள் சிக்கலில் இருப்பதாக உணர்ந்தால் உடனே, வெளியே வாருங்கள். இந்த திட்டத்தை விட உங்கள் உயிர் முக்கியமானது. கவனமாக இருங்கள்”

“விரைவில் மற்ற தகவல்களை உங்களுக்கு அறிவிப்பேன். தயாராகுங்கள், வாழ்த்துக்கள்” என்றாள் பிரியா.

“நான் என் துணிகளை எடுத்து வைக்க வேண்டும், சீக்கிரம்... ஆதியா, சரயு வேகமாக தயாராகுங்கள்” என்று உற்சாகத்துடன் கூறிவிட்டு தன் அறைக்கு சென்றாள் காவேரி.

சரயு பயத்தில் உறைந்தாள்.

இரவு சுமார் 2 மணி.

ஆதியா திடீரென்று தூக்கம் கலைந்து எழுந்தாள். வெளியே ஏதோ விசித்திரமான சத்தம் கேட்டது.

அவர்களின் வீட்டின் அருகே நாய்கள் குரைத்துக் கொண்டிருந்தன.

ஆதியா படுக்கையில் இருந்து எழுந்து தன் அறையை விட்டு வெளியே வந்தாள்.

தரையில் உருண்ட எலுமிச்சை பழத்தை பார்த்து தடுமாறினாள்.

ஆதியா அதிர்ச்சியடைந்து அந்த இடத்திற்கு எலுமிச்சை எப்படி வந்திருக்கும் என்று யோசித்தாள்.

அதை ஓரமாக வைத்துவிட்டு ஜன்னல் அருகே சென்றாள்.

முந்தைய நாள் கிராமத்தில் பார்த்த மனிதனைப் பார்த்து திகில் உற்றாள்.

விசித்திரமான அந்த மனிதன் அவர்கள் வீட்டைப் பார்த்து சில மந்திரங்களை உச்சரித்துக் கொண்டிருந்தான்.

ஆதியா பயந்து கதவை திறக்க விரும்பவில்லை. அவள் திரைக்குப் பின்னால் ஒளிந்து கொண்டாள்.

திடீரென்று கதவு தட்டும் சத்தம் கேட்டது.

ஆதியாவுக்கு என்ன செய்வதென்று தெரியவில்லை.

காலிங் பெல் அடிக்க ஆரம்பித்து நிலைமையை இன்னும் மோசமாக்கியது.

"ஆதியா...", என்ற குரல் கேட்டது.

அது சரயுவின் குரலாக இருந்ததால் அதிர்ந்தாள் ஆதியா.

"ஆதியா...ஆதியா...", அது சரயு தான் என்பதை உறுதி செய்தாள்.

கதவை மெதுவாக திறந்தாள் ஆதியா.

"எப்போது வெளியே சென்றாய்? நீ உள்ளே தூங்கவில்லையா?" என ஆதியா சரயுவிடம் விசாரித்தாள்.

"ஆம், எனக்கு இப்போது ஒரு அழைப்பு வந்தது, உள்ளே நெட்வொர்க் இல்லாததால் பதிலளிக்க வெளியே

வந்தேன்" என்று சரயு சாதாரணமாக சொன்னாள்.

ஆதியாவால் இன்னும் நம்ப முடியவில்லை. அந்த விசித்திரமான மனிதன் இன்னும் அங்கேயே நிற்கிறானா என பார்க்க அவள் ஜன்னலுக்கு ஓடினாள்.

ஆனால் வெளியே யாரும் இல்லை என கண்டாள்.

ஆதியா சற்று அமைதியானாள்.

"ஆதியா, நலமா? ஏன் இப்படி கலங்குகிறாய்?" என்று சரயு கேட்டாள்.

"ஒன்றுமில்லை, நாய்கள் குரைக்கும் சத்தம் கேட்டு எழுந்தேன்" என்றாள் ஆதியா.

"ஆதியா, நீ இந்த திட்டத்தை நிராகரிக்க இன்னும் நேரம் இருக்கிறது. தயவு செய்து என் வார்த்தைகளைக் கேள்" என்று சரயு கெஞ்சினாள்.

ஆதியா தலையை அசைத்து விட்டு சென்றாள்.

# 9

# பயணம் தொடங்குகிறது

மறுநாள் காலை.

அந்த நாள் வந்தது.

"சரயு எங்கே?" என்று கேட்டாள் ஆதியா.

“இதோ நான் இங்கு இருக்கிறேன்” என்றாள் சரயு.

"நேற்று நீ நன்றாக தூங்கினாயா?" என்று கேட்டாள் ஆதியா.

“ஆம், நான் உறங்கினேன். ஏன் ஆதியா?” என்று கேட்டாள் சரயு.

“நேற்று இரவு இடையில் நாம் பேசினோம் அல்லவா. உன் தொலைபேசி அழைப்புக்குப் பிறகு. அதன் பின் நீ தூங்கினாயா என்பதை அறிய விரும்பினேன்,” என்று ஆதியா சாதாரணமாக சொன்னாள்.

"நீ எந்த தொலைபேசி அழைப்பைப் பற்றி பேசுகிறாய்? நாம் இரவு உணவு உண்ணும் பொது தானே கடைசியாக சந்தித்தோம், அதன் பிறகு நான் உன்னை பார்க்கவில்லை, ” என்றாள் சரயு.

“உன் விளையாட்டை நிறுத்து சரயு” என்று சிரித்தாள் ஆதியா.

“இல்லை ஆதியா, நான் சீரியஸாக பேசுறேன்” என்றாள் சரயு.

"நேற்று இரவு 2 மணிக்கு மேல் உனக்கு போன் வரவில்லையா?" என ஆதியா விசாரித்தாள்.

“இல்லை ஆதியா, தூக்க மாத்திரை சாப்பிட்டு நல்லா தூங்கிட்டேன்” என்றாள் சரயு.

ஆதியா அதிர்ச்சியடைந்தாள். ஆனால் அவள் அதை வெளிப்படுத்தவில்லை.

"என்னவாயிற்று ஆதியா? கனவு கண்டாயா?" என்று கேட்டாள் சரயு.

“ஆம், நான் எதையோ யோசித்துக் எதையோ பேசுகிறேன். ஸாரி சரயு, அதை விடு” என்று ஆதியா தன் பொருட்களை பேக் செய்வதை தொடர்ந்தாள்.

“ஆதியா, நீ காட்டின் எல்லையை அடையும் போது, மாயனைக் காண்பாய், அவன் உங்களுக்கு கூடாரம் அமைக்க மற்றும் உணவு தாயார் செய்ய உதவுவான்,” என்றாள் பிரியா.

"நன்றி, நான் மிகவும் ஆர்வமாக உள்ளேன்".

“நம் நிறுவனத்தின் வளர்ச்சிக்கு இந்தத் திட்டம் எவ்வளவு முக்கியமானது என்பதை நான் அறிவேன். நான் உங்களை ஒருபோதும் ஏமாற்ற மாட்டேன்” என்றாள் ஆதியா.

"எனக்குத் தெரியும் ஆதியா, ஆனால் இது மிகவும் ஆபத்தானது, எனவே உனது ஒவ்வொரு அடியிலும் கவனமாக இரு, நீங்கள் எங்கு நெட்வொர்க்கைக் கண்டாலும் என்னைப் தொடர்பு கொள்ளுங்கள்" என்றாள் பிரியா.

“கண்டிப்பா, நான் பார்த்துக் கொள்கிறேன்” என்றாள் ஆதியா.

"சரி நண்பர்களே, நாம் பயணத்தை தொடங்குவோம்," என காவேரி உற்சாகமாக சொன்னாள்.

சரயு மற்றவர்களைப் போல உற்சாகமாக இல்லை. அவள் பயந்து ஒரு வார்த்தை கூட பேசவில்லை.

இதற்கிடையில் அனைத்து பொருட்களும் பேக் செய்யப்பட்டு காரில் வைக்கப்பட்டன.

மூன்று நண்பர்களும் மேலாளரிடமும் மற்ற அலுவலக ஊழியர்களிடமும் விடைபெற்று பயணத்தை தொடங்கினர்.

ஆதியா வாகனத்தை ஓட்ட ஆரம்பித்தாள் ஆனால் முந்தைய இரவின் எண்ணங்கள் அவள் மனதை ஆக்கிரமித்தன.

ஊரை விட்டு வெளியேறியதும் வைரமலையும் அதை ஒட்டிய காடுகளும் நெருங்க ஆரம்பித்தன.

# 10

# மாயன்

செக்போஸ்ட்டை அடைந்து மாயன் வருவதற்காக காத்திருந்தனர்.

“நான் மிகவும் பதட்டமாக இருக்கிறேன்” என்றாள் காவேரி.

“எனக்கும், இந்த இடத்தில் உள்ள அமைதி எல்லாவற்றையும் பயமுறுத்துகிறது,” என்றாள் ஆதியா.

ஆனால் சரயு அமைதியாக இருந்தாள்.

சிறிது நேரம் கழித்து, ஒரு நடுத்தர வயது மனிதர் தங்களை நோக்கி வருவதைக் கண்டார்கள். துணியால் ஆன ஒரு மூட்டையை எடுத்துக்கொண்டு அவர்களை நெருங்கிச் சிரித்துக்கொண்டே வந்தான்.

"அவன் தான் மாயனாக இருப்பான் என நினைக்கிறேன்" என்றாள் ஆதியா.

"ஆனால் அவர் எப்படி நமக்கு உதவப் போகிறார், அவருக்கு தான் நம் உதவி தேவை படும் போலும்," என்று காவேரி சிரித்தாள்.

“நீங்கள் தான் மாயனா?” என்று ஆதியா அந்த மனிதனிடம் கேட்டாள்.

"ஆம், நான் தான் மாயன், நான் உங்களுடன் தங்கி உங்களுக்கு உதவி செய்வேன்" என்று வெகுளி சிரிப்புடன்

கூறினான் மாயன்.

ஆதியா சில காரணங்களால் மாயனைப் பார்த்ததில் திருப்தி அடையவில்லை, அவன் மீது சந்தேகம் இருந்தது.

"சரி, உள்ளே ஏறு" என்றாள் ஆதியா.

அவர்கள் புறப்பட்டார்கள்.

செக்போஸ்ட்டை கடந்து காட்டுக்குள் நுழைய ஆரம்பித்தனர்.

"நீங்கள் இதற்கு முன்பு இந்த காட்டுக்குள் சென்றிருக்கிறீர்களா?" என்று ஆதியா மாயனிடம் கேட்டான்.

“ஆம் அம்மா, இந்தக் காட்டின் மூலை முடுக்கெல்லாம் எனக்குத் தெரியும்” என்று மாயன் பெருமிதத்துடன் சொன்னான்.

“உனக்கு அவ்வளவு தைரியமா காட்டுக்குள் செல்ல? உள்ளே நுழைபவர் இறந்துவிடுவார் என்று கேள்விப்பட்டோமே” என்று காவேரி மாயனிடம் கேட்டாள்.

“அம்மா, காட்டில் நுழையும் எவரும் இறந்துவிடுவார்கள் என்பது உண்மைதான் ஆனால் இந்தக் காட்டுக்கு நான் சிறப்பு மகன்” என்றான் மாயன்.

அனைவரும் ஒரேயடியாக சிரித்தனர்.

"என்ன விசேஷம்? ஏன் நீ மட்டும் சிறப்பு?" என்று கேட்டாள் ஆதியா.

"நான் வைரவர்த்தினி தேவிக்கு நம்பகமான நபர், அதனால்தான் நான் இந்த காட்டிற்கு பல முறை சென்றும், எனக்கு எதுவும் நடக்கவில்லை" என்று மாயன் கூறினார்.

ஆதியா அவனைப் பார்த்து இவன் ஒரு மனநோயாளியாக இருக்கலாம் என்று மனதுக்குள் நினைத்துக் கொண்டாள்.

“மாயன் எங்கே தங்க போகிறோம்?” என்று கேட்டாள் ஆதியா.

“இன்னும் கொஞ்ச தூரம் போனால், ஒரு நீரோடையை பார்க்கலாம், அங்கிருந்து நடக்க வேண்டும், அதற்கு மேல் ரோடு இல்லை, எங்கே தூங்க வேண்டும் என்று பிறகு

சொல்கிறேன்” என்றான் மாயன்.

“ஓ சரி சரி” என்றாள் ஆதியா.

“சரயு ஏன் மௌனமாக இருக்கிறாய்?” என்றாள் ஆதியா.

“ஆதியா, நமக்கு இன்னும் நேரம் இருக்கிறது, தயவு-செய்து காரைத் திருப்பு, நாம் திரும்பிச் செல்வோம்”,என சரயு கவலையோடு சொன்னாள்.

“கவலைப்படாதே சரயு, நான் பார்த்துக் கொள்கிறேன்”, என்றாள் ஆதியா.

மாயன் பேசும் விதத்தைப் பார்த்து சிரித்துப் பேசிக் கொண்டிருந்தார்கள்.

# 11

# அழகிய காடுகள்

சிறிது நேரத்தில் சாலை முடிந்தது. அவர்கள் தங்கள் பைகள் அனைத்தையும் எடுத்துக் கொண்டு காட்டில் சிறிது தூரம் நடக்க ஆரம்பித்தனர்.

வெயில் பளிச்சென்று அடித்தாலும் காட்டுக்குள் குளிர்ந்த வானிலை நிலவியது.

அடர்ந்த மரங்களும், விதவிதமான செடிகளும் வழியெல்லாம் சூழ்ந்து நின்றது.

மூன்று நண்பர்களும் காட்டின் அழகை கண்டு வியந்தனர்.

அது பசுமையாகவும், அமைதியாகவும் இருந்தது.

விலங்குகள் மற்றும் பறவைகளின் சத்தம் மிகவும் இனிமையாக இருந்தது.

"என்ன அழகு! இப்படி ஒரு இடத்துக்கு நான் வர புண்ணியம் செய்திருக்க வேண்டும்", என்றாள் ஆதியா.

"ஆனால் மறக்காதே, அழகு எப்போதும் ஆபத்தானது" என்றாள் சரயு.

“இல்லை சரயு, எப்போதும் இல்லை,” என்று காவேரி சிரித்தாள்.

“எங்கே தங்கப் போகிறோம் மாயன், நான் ஏற்கனவே சோர்வாக இருக்கிறேன்” என்றாள் காவேரி

"நாம் நெருங்கி விட்டோம், சில அடிகள் மட்டுமே, ஒரு சிறிய குன்றினை அடைவோம், அங்கு ஒரு திறந்தவெளி உள்ளது, அங்கு விலங்குகளைப் பற்றி கவலைப்பட வேண்டாம்" என்று மாயன் கூறினார்.

சிறிது நேரம் கழித்து, அவர்கள் குன்றை அடைந்தனர். அங்கு உறைந்திருந்த இயற்கை காட்சி மனதை கொள்ளை கொண்டது. காற்று மெதுவாக வீசியது, அது பூமியில் சொர்க்கம் போல் தோன்றியது.

“இப்படி ஒரு இடமா?” என வியந்தாள் காவேரி.

“நான் உங்களுக்கு கூடாரம் அமைக்க உதவுகிறேன்” என்றான் மாயன்.

அவர்கள் தங்கள் சாமான்களை அவிழ்த்து, ஒவ்வொருவருக்கும் ஒரு கூடாரத்தை உருவாக்கினர்.

மாயன் காட்டில் இருந்து விறகுகளை சேகரித்து நெருப்பு மூட்டினான்.

அவர்கள் உடனடி உணவுகள் மற்றும் உண்ண தயாராக உள்ள உணவுகளை கொண்டு வந்திருந்தனர்.

மாயன் வெளியில் தங்கி, காட்டில் கிடைக்கும் மரக்கிளைகள் மற்றும் இலைகளைப் பயன்படுத்தி தனக்கென ஒரு சிறிய குடிசையை உருவாக்கினான்.

அவர்கள் குடியிருப்பை முடிந்தவரை வசதியாக மாற்ற முயன்றனர்.

# 12

# காட்டில் இரவு

விரைவில் இருள் சூழ்ந்தது.

அவர்கள் ஏற்கனவே சோர்வாகவும் களைப்பாகவும் இருந்தனர்.

அவர்கள் தீயை சுற்றி அமர்ந்து இரவு உணவை சாப்பிட்டனர்.

"மாயன், இன்றிரவு ஆவி வரும் என்று நினைக்கிறாயா?" என்று கேட்டாள் ஆதியா.

"அம்மா, சத்தமாக பேசாதே, இது மிகவும் ஆபத்தான காடு. ஆவிகள் மட்டுமல்ல, மிருகங்களும் வரும்" என்றான் மாயன் லேசான தொனியில்.

"ஆவிகளுக்குப் பின்னால் ஏதேனும் கதைகள் உள்ளதா?" என்று காவேரி மாயனிடம் கேட்டாள்.

"ஆம், நகரங்களில் வாழும் மக்கள் பொதுவாக பேய்களை நம்புவதில்லை, அவர்கள் எல்லாவற்றையும் அறிவியலாக பார்க்கிறார்கள்."

"ஆனால் நாங்கள் பேய்கள் மற்றும் ஆவிகளை நம்புகிறோம், நம்புவது மட்டுமல்ல, அவற்றை வணங்குகிறோம்."

"பல நூற்றாண்டுகளுக்கு முன்பு இங்கு நடந்த பயங்கரங்கள் உங்களுக்குத் தெரிந்திருக்க வாய்ப்பில்லை" என்றார் மாயன்.

“என்ன பயங்கரம் மாயன்? நான் மிகவும் உற்சாகமாக இருக்கிறேன், அதைப் பற்றி மேலும் சொல்லுங்கள், ”என்றாள் காவேரி.

“அம்மா, இது நகைச்சுவையல்ல, கதையை சொல்லி உங்களை பயமுறுத்த விரும்பவில்லை” என்றான் மாயன்.

“இல்லை மாயன், நான் திரில்லர் கதைகளை எழுதுபவள். இப்படி எத்தனையோ கதைகளைக் கேட்டிருக்கிறேன், இந்தப் பேய் கதைகளுக்கு நான் பயப்படவில்லை” என்றாள் காவேரி.

“சரி, அப்படியானால் யாரும் உன்னைக் காப்பாற்றப் போவதில்லை” என்று சொல்லிவிட்டு மாயன் தொடர்ந்தான்.

"வைரமலை ஒரு அழகிய காடு கொண்ட ஒரு சிறிய மலை, எங்கள் முன்னோர்கள் இந்த காட்டின் புறநகரில் வாழ்ந்தனர்".

“பல வருடங்களுக்கு முன் இந்தக் காட்டில் ஒரு பெண் வாழ்ந்தாள். அவள் தனியாக வசித்து வந்தாள்."

"அவளுடன் ஒரு குழந்தை இருந்தது, அவள் ஒரு அற்புதமான பெண்."

"அவள் யாரிடமும் பேசவில்லை, அவள் எங்கிருந்து வந்தாள் என்று யாருக்கும் தெரியாது."

"தானியங்கள் மற்றும் பிற அத்தியாவசிய பொருட்கள் தேவைப்படும் போது மட்டுமே அவள் கிராமத்திற்குள் வந்தாள்."

“அவள் ஒரு வார்த்தை கூட பேசவில்லை என்றாலும், மக்கள் அவளை மரியாதையுடன் நடத்தினார்கள். அவள் தெய்வீக இயல்பு மற்றும் அன்பான புன்னகையுடன் இருந்தாள்”.

"அவள் எங்கு சென்றாலும் தன் குழந்தையை தன்னுடன் அழைத்துச் சென்றாள்."

“ஒரு நாள், ஒரு மந்திரவாதி அந்த கிராமத்திற்கு வந்து, காட்டில் வசிக்கும் பெண் ஒரு சூனியக்கார பெண் என்று கிராம மக்களிடம் கூறினார். அவளையும் அவளுடைய

குழந்தையையும் கொன்று கடவுளுக்கு அர்ச்சனை செய்தால், பச்சை மலைகள் வைர மலைகளாக மாறும்''.

"அப்படி மாறினால் நீங்கள் அனைவரும் செல்வந்தர்களாகி மகிழ்ச்சியுடன் வாழ்வீர்கள்."

"மக்கள் முதலில் அவரை நம்பவில்லை, ஆனால் அவர் சில மந்திர வித்தைகள் செய்த பிறகு அவர்கள் நம்பத் தொடங்கினர்."

"கிராமத்தில் பேராசை பிடித்த சிலர் காட்டிற்குச் சென்று அவளுடைய குடிசையை எரித்தனர்."

“அவளும் அவளுடைய குழந்தையும் கொடூரமாக கொல்லப்பட்டனர். அவள் அலறல் சத்தம் கிராமத்தையே உலுக்கியது''.

“அந்த சம்பவத்திற்குப் பிறகு, கிராமத்தில் மழை நின்றுவிட்டது. மக்கள் வறட்சி மற்றும் வறுமையால் பாதிக்கப்பட்டனர்.

“பசியால் பலர் இறந்தனர். காரணம் தெரியாமல் மக்கள் கவலை அடைந்தனர்''.

“ஒரு நாள் அந்த மந்திரவாதி வேறொரு கிராமத்தில் பிடிபட்டார், விசாரித்தபோது, அவர் ஒரு மந்திரவாதி இல்லை என்று கூறினார். அவர் அந்தப் பெண்ணின் கணவர். அவர் குடிப்பழக்கத்திற்கு அடிமையாகி, அந்தப் பெண்ணையும் அவளுடைய குழந்தையையும் தினமும் சித்திரவதை செய்ததால், அவள் அவனை விட்டுவிட்டு காட்டில் வாழத் தொடங்கினாள். அவன் அவள் மீது கோபம் கொண்டு அவளை கொல்ல நினைத்தான் அதனால் தான் பொய் சொன்னான்''.

"கிராமத்தில் உள்ள அனைவரும் வருத்தமடைந்தனர் மேலும் அவர்களின் நடத்தைக்காக வெட்க பட்டார்கள்."

"யாரிடம் மன்னிப்பு கேட்பது என்று அவர்களுக்குத் தெரியவில்லை."

"அவளுக்கு ஆலயம் எழுப்பி அவளை வைரவர்த்தினியாக வணங்கினர் மேலும் மலையை வைரமலை என

வணங்கினர்."

“ஆனால் இன்றும் வைரவர்த்தினியின் கோபம் குறைய-வில்லை. காட்டுக்குள் நுழைபவன் விசித்திரமான முறையில் கொல்லப்படுகிறான்”, என மாயன் முடித்தார்.

“ஆனால் மாயன், இந்த மலையில் பெரிய அளவில் வைரங்கள் இருப்பதாகவும், இந்த வைரங்களைப் பாதுகாக்க ஆவிகள் மனிதர்களைக் கொல்வதாகவும் ஒரு புத்தகத்தில் படித்தேன்” என்று சரயு கொடுத்த ஆவணத்தை நினைவு கூர்ந்த ஆதியா சொன்னாள்.

“அது உண்மையல்ல, நான் சொன்னது தான் உண்மை. இந்த மலையில் வைரங்கள் எதுவும் இல்லை, இது நவீன கால கதைகளில் ஒன்றாகும்,” என்றார் மாயன்.

ஆதியா குழப்பமடைந்தாள், ஆனால் அவளால் இரண்டு கதைகளையும் நம்ப முடியவில்லை.

“ஆஹா, சுவாரஸ்யமாக இருக்கிறது, இதை அடிப்படை-யாக வைத்து ஒரு கதை எழுதப் போகிறேன்,” என்று உற்-சாகத்துடன் சொன்னாள் காவேரி.

சரயு வழக்கம் போல் அமைதியாக இருந்தாள்.

இரவு உணவை முடித்துவிட்டு உறங்குவதற்காக தங்களு-டைய கூடாரத்திற்குச் சென்றனர்.

கூடாரத்திற்குள் குளிர்ச்சியாக இருந்தது.

ஸ்லீப்பிங் பேக் பெரிதும் உதவியது.

ஆதியாவால் நன்றாக தூங்க முடியவில்லை. மறுநாள் திட்டங்களைப் பற்றி யோசித்துக் கொண்டிருந்தாள்.

அவள் தூங்கும் பையில் இருந்து வெளியே வந்து புத்த-கம் படிக்க ஆரம்பித்தாள்.

“ஹாஹா...ஹாஹா...ஹாஹா...” என்ற சத்தம் வந்தது.

சிரிப்பு சத்தம் பரிட்சயமாக இல்லாததால் அதிர்ந்தாள் ஆதியா.

"மாயன்...மாயன்", என ஆதியா கூடாரத்திற்குள் அமர்ந்து கொண்டே அழைத்தாள்.

ஆனால் எந்த பதிலும் வரவில்லை.

ஆதியா கூடாரத்தை விட்டு வெளியே வர நினைத்தாள். அவள் கூடாரத்தை சிறிது திறந்து வெளியே பார்த்தாள், அசாதாரணமாக எதுவும் இல்லை.

அவள் கூடாரத்தை விட்டு வெளியே வந்து சுற்றும் முற்றும் பார்த்தாள், அனைவரும் உள்ளே தூங்கிக் கொண்டிருந்தனர்.

திடீரென்று மழை பெய்யத் தொடங்கியது.

ஆதியா தன் கூடாரத்திற்கு மேலே மட்டும் மழை பெய்ததையும், மற்ற பகுதிகள் வறண்டு கிடப்பதையும் கண்டு ஆச்சரியப்பட்டாள்.

அங்கேயும் மழை பெய்கிறதா என்று பார்க்க அவள் சுற்றி நடந்தாள், ஆனால் மழை நின்றது.

அவள் கூடாரத்திற்கு அருகில் வந்ததும் மீண்டும் மழை பெய்ய ஆரம்பித்தது.

ஆதியா குழம்பி பயந்தாள்.

அவள் கூடாரத்திற்குள் சென்றாள், மழை நின்றது.

அவள் சரயுவையும் காவேரியையும் அழைக்க விரும்பினாள், ஆனால் அவர்களை தொந்தரவு செய்யும் எண்ணத்தை அவள் நிராகரித்தாள்.

ஆதியா மீண்டும் ஒருமுறை சரிபார்க்க நினைத்தாள்.

அவள் மீண்டும் கூடாரத்தை விட்டு வெளியே சென்றாள், மழை பெய்யத் தொடங்கியது. அவள் உடனடியாக கூடாரத்திற்குள் நுழைந்தாள், மழை நின்றது.

இந்த சம்பவங்களை எல்லாம் ஆவணப்படுத்த நினைத்தாள் ஆதியா. தன் அனுபவங்களை எழுத ஆரம்பித்தாள்.

சில நிமிடங்களுக்குப் பிறகு யாரோ சத்தமாக அழுவதை ஆதியா கேட்டாள்.

ஆதியா கூடாரத்தை திறந்து வெளியே எட்டிப் பார்த்தாள். அவளால் யாரையும் பார்க்க முடியவில்லை.

விரைவில் அழுகை சத்தம் மிகவும் அதிகமாகனது, அவள் மீண்டும் வெளியேறினாள்.

அப்போது கடுமையாக குளிர்வதை உணர்ந்தாள். அவள் நடுங்கினாலும் சத்தம் வரும் திசையை நோக்கி நடக்க

ஆரம்பித்தாள்.

இந்த முறை மழை பெய்யாததால் அவள் ஆச்சரியப் பட்டாள். வானத்தில் நட்சத்திரங்கள் பதிக்கப்பட்டு, நம்பமுடியாத அளவிற்கு அழகாகத் தெரிந்தது.

அவள் சுமார் 10 அடிகள் நடந்தாள், அழுகை சத்தம் நின்றது.

அவள் எல்லா இடங்களிலும் சுற்றி பார்த்தாள், ஆனால் யாரும் தென்படவில்லை.

யானைகள் பிளீர்வதும், நரிகள் ஊளையிடுவதும் தூரத்தில் கேட்டது.

வைரவர்த்தினியின் கதை உண்மையா என்று ஆதியா இப்போது யோசிக்க ஆரம்பித்தாள். மீண்டும் கூடாரத்திற்கு வந்தாள். மாயன் அவன் அமைத்திருந்த வீட்டில் தூங்குவதையும், சரயுவும் காவேரியும் தங்கள் கூடாரங்களில் நிம்மதியாக உறங்குவதையும் அவள் பார்த்தாள்.

ஆதியா மீண்டும் தன் கூடாரத்திற்கு சென்று எழுத ஆரம்பித்தாள்.

சிறிது நேரத்தில் அவள் தூங்கிவிட்டாள்.

# 13

# 2 ஆம் நாள் காட்டில்

"ட்ரிங்...ட்ரிங்...", அலாரம் அடித்தது.

ஆதியாவால் கண்களைத் திறக்க முடியவில்லை. தூக்கமில்லாத இரவு அவளை அசௌகரியம் ஆக்கியது.

அலாரத்தை அணைத்துவிட்டு மீண்டும் தூங்க ஆரம்பித்தாள்.

"ஆதியா...ஆதியா...", என்று அழைத்தாள் சரயு.

"இன்னும் பத்து நிமிஷம், எனக்கு ரொம்ப தூக்கம் வருகிறது", என்று ஆதியா முகத்தை மூடிக்கொண்டாள்.

"ஏன்? நேற்று நீ தூங்கவில்லையா?" என்று கேட்டாள் சரயு.

"இல்லை சரயு, புதிய சூழலில் என்னால் தூங்க முடியவில்லை", என்றாள் ஆதியா.

"சரி, கொஞ்ச நேரம் ரெஸ்ட் எடு", என்று சொல்லிவிட்டு வெளியே வந்தாள் சரயு.

இதற்கிடையில் காவேரி கூடாரத்திற்கு வெளியே காபி தயார் செய்து கொண்டிருந்தாள்.

"மாயன், நீ எங்கே இருந்தாய்? காலையில் உன்னைத் தேடிக் கொண்டிருந்தேன்" என்றாள் காவேரி மாயனிடம்.

“நான் விறகுகளைத் தேடச் சென்றேன். இவை நமக்கு போதாது”, என்றான் மாயன்.

"எங்கு கிடைக்கும்?" என்று காவேரி கேட்டாள்.

"இங்கிருந்து சற்று தொலைவில் இருக்கும், நான் சிறிது நேரம் கழித்து செல்கிறேன்", என்றான் மாயன்.

"நாங்களும் உங்களுடன் வரலாமா?" என்று காவேரி கேட்டாள்.

"நிச்சயமாக, ஆனால் உங்களால் நீண்ட தூரம் நடக்க முடியுமா?" என்று மாயன் திரும்பக் கேட்டான்.

“கண்டிப்பா, நாங்க ரெடி”, என்றாள் காவேரி உற்சாகத்துடன்.

"சரி, நான் அழைத்துச் செல்கிறேன்" என்றான் மாயன்.

இதற்கிடையில் ஆதியா தன் கூடாரத்தை விட்டு வெளியே வந்தாள்.

“என்ன ஆச்சரியம்? தேநீர் தயார் செய்கிறாயா?” என காவேரியிடம் ஆதியா கேட்டாள்.

“ஆம், நீ தூங்கிக் கொண்டிருந்தாய், அதனால் எனக்கு வேறு வழியில்லை”, என காவேரி சிரித்தாள்.

மூவரும் அமர்ந்து தேநீர் அருந்தினர்.

"உங்கள் இரவு எப்படி இருந்தது?" என்று காவேரியிடமும் சரயுவிடமும் கேட்டாள் ஆதியா.

“நான் நன்றாக தூங்கினேன். எங்கள் கூடாரத்திற்கு எந்த ஆவியும் வருவதை நான் கவனிக்கவில்லை," என்று காவேரி சிரித்தாள்.

ஆதியா சிரித்தாள்.

"சரயு, உனக்கு என்ன?" என்று காவேரி கேட்டாள்.

"இங்கேயும் அப்படியே, நான் நன்றாக தூங்கினேன்", என்றாள் சரயு.

"ஆதியா, உனக்கு எப்படி?" என்று காவேரி கேட்டாள்.

"என்னால் தூங்க முடியவில்லை" என்றாள் ஆதியா.

“ஏன்? ஆவிகள் நடனமாடுவதைப் பார்த்தாயா?" என்று காவேரி கேட்டாள்.

"இல்லை, அவர்கள் அழுவதை நான் கேட்டேன்", என்-றாள் ஆதியா.

காவேரியும் சரயுவும் அதிர்ந்தனர்.

“நான் வேடிக்கையாகச் சொன்னேன். புதிய சூழலால் என்னால் தூங்க முடியவில்லை”, என்றாள் ஆதியா.

அனைவரும் சிரித்தனர். ஆனால் ஆதியா முந்தைய இரவின் சிந்தனையில் விழுந்தாள்.

"இன்று உங்கள் திட்டம் என்ன?" என்று கேட்டாள் ஆதியா.

“நான் விறகு சேகரிக்க மாயனுடன் செல்கிறேன்”, என்-றாள் காவேரி.

ஆதியா அதிர்ச்சியடைந்தாள், அவள் தன் தோழியை அந்நியருடன் காட்டில் தனியாக விட விரும்பவில்லை.

"இல்லை காவேரி, அது பாதுகாப்பற்றது", என்றாள் ஆதியா.

“ஏய், என்ன? ஏன் சரயு மாதிரி பேசுற?” என்று காவேரி கேட்டாள்.

சரயு கோபத்துடன் காவேரியை முறைத்தாள்.

"இல்லை காவேரி, இது ஒரு விசித்திரமான இடம், எங்கு சென்றாலும் நாம் மூவரும் ஒற்றுமையாக இருக்க வேண்-டும்" என்று ஆதியா தீவிரமாக கூறினாள்.

"அப்படியானால் நாம் அனைவரும் செல்வோம், உன் விசாரணைக்கு சில தடயங்கள் கிடைக்கும்", என்றாள் காவேரி.

ஆதியா ஒரு கணம் யோசித்து சம்மதித்தாள் ஆனால் சரயு தயக்கம் காட்டினாள். எனினும் அவள் அவர்களுடன் செல்ல வேண்டும் என்று எண்ணினாள்.

காலை உணவை உண்டுவிட்டு மாயனுடன் புறப்படத் தயாரானார்கள்.

மாயன் அவர்களை முன்னின்று வழிநடத்தினான்.

கண்ணுக்கு விருந்தாகவும், சுவாரஸ்யமாகவும் இருந்தது. அவர்கள் உயரமான மரங்கள் மற்றும் பல்வேறு புதர்கள்

மற்றும் மூலிகைகள் கண்டு வியந்தனர்.

ஆனால் காடு தனிமையை உணர்த்தியது.

மூவரும் உள்ளுக்குள் பயந்தனர் ஆனால் வெளிப்படுத்-தவில்லை.

காட்டில் நடந்த கொலைகள் பற்றிய கதைகளை மாயன் அவர்களிடம் சொல்லி மேலும் பயத்தை கூட்டினான்.

ஆதியா அவரிடம் சமீபத்திய மரணம் குறித்து விசாரித்-தார்.

மாயன் சம்பவம் பற்றி பேச ஆரம்பித்தான்.

"இது ஒரு வாரத்திற்கு முன்பு நடந்தது. அந்த மனிதனை காட்டிற்குள் நுழைவதற்கு முன்பு நான் பார்த்தேன்".

"அவர் வந்து என்னைச் சந்தித்து இந்தக் காட்டின் வரலாற்றைப் பற்றிக் கேட்கத் தொடங்கினார்."

"நான் அவரிடம் வைரவர்த்தினியின் வரலாற்றைக் கூறி-னேன், மேலும் இந்த காட்டின் ஆபத்துகள் குறித்தும் எச்ச-ரித்தேன்."

"உங்களைப் போலவே, அவரும் என் பேச்சைக் கேட்க-வில்லை, தனது உயிரை விலையாகக் கொடுத்தார்" என்று மாயன் கூறினார்.

"அவர் எப்படி கொல்லப்பட்டார்? அதைப் பற்றி உனக்கு ஏதாவது தெரியுமா?" என்று கேட்டாள் ஆதியா.

"எனக்கு அதிகம் தெரியாது, ஆனால் அவர் காட்டிற்கு வந்தபோது இரவு என்று என் கிராமத்தில் மக்கள் பேசுவதை நான் கேட்டேன். எனவே அவர் காட்டிலேயே தங்க முடிவு செய்தார்.

"இரவில் சிறிது நேரம், அவர் ஒரு பெண் அழுவதைக் கேட்டார்."

"அவர் காட்டில் யாரையும் காணாததால் அதிர்ச்சிய-டைந்தார், மேலும் யாரும் நுழையாத காட்டில் ஒரு பெண்-ணின் அழுகை சத்தம் எப்படி கேட்கும் என்று ஆச்சரியப்-பட்டார்."

"அவர் சத்தம் எங்கிருந்து வந்தது என்பதைப் பார்க்கச் சென்றார்."

"வைரங்கள் பதித்த வெள்ளிப் புடவை அணிந்த ஒரு பெண்ணைப் பார்த்தான்."

"அவள் மிகவும் அழகாக இருந்தாள், தெய்வீகமாக இருந்தாள்."

"அவர் அந்தப் பெண்ணின் அருகில் சென்றார், விரை-வில் உறைந்து போவது போல் உணர ஆரம்பித்தார்."

"அவர் தப்பிக்க முயன்றார், ஆனால் அந்த பெண் அவரைக் கொன்று காட்டின் புறநகரில் எறிந்தாள்" என்று மாயன் முடித்தார்.

ஆதியா கதையைக் கேட்டு பயந்தாள்.

முந்தைய இரவு சம்பவத்தை அவள் நினைவு கூர்ந்தாள், அழுகை சத்தம் மற்றும் தான் அனுபவித்த குளிர்ச்சியை எண்ணி பார்த்தாள்.

ஆதியா கொஞ்சம் கொஞ்சமாக தன் நம்பிக்கையை இழந்து கொண்டிருந்தாள்.

அவளை விட தன் தோழிகளின் வாழ்வில் அதிக அக்-கறை கொண்டிருந்தாள்.

இந்த திட்டத்தை எடுக்க அவள் எடுத்த முடிவு தவறோ என அவள் யோசிக்க ஆரம்பித்தாள்.

“ஆதியா, ஏன் அமைதியாக இருக்கிறாய்? மாயனின் கதையைக் கேட்டு நீ பயப்படுகிறீர்களா? என்று காவேரி கேட்டாள்.

“இல்லை”, என்று சொல்லி சிரித்தாள் ஆதியா ஆனால் உள்ளுக்குள் பயந்தாள்.

“இந்த ஒற்றைக் கதையைக் கேட்டு பயப்படாதீர்கள், இன்னும் பல கதைகளும் உள்ளன. சரியான நேரத்தில் சொல்கிறேன்”, என்றான் மாயன்.

"நாங்கள் பயப்படவில்லை மாயன்", என்றாள் ஆதியா.

சிறிது தூரம் சென்றதும் காட்டில் கைவிடப்பட்ட வீடு ஒன்று தெரிந்தது.

தூரத்தில் நின்று வீட்டைப் பார்த்துக் கொண்டிருந்தார்கள்.

“மாயனே, இந்தக் காட்டில் கைவிடப்பட்ட வீடு எப்படி வந்தது, வைரவர்த்தினி இறந்த பிறகு யாரும் காட்டுக்குள் நுழையவில்லை என்று கூறினாய்”, என்று ஆதியா ஆர்வமாக கேட்டாள்.

"இந்த வீடு துக்கங்களுக்கும் துன்பங்களுக்கும் உறைவிடம்" என்று மாயன் பெருமூச்சு விட்டான்.

அங்கு முழு அமைதி நிலவ, நண்பர்கள் மூவரும் மாயனைப் பார்த்தனர்.

மாயன் தொடங்கினான்,

"இந்த வீடு சுமார் 100 ஆண்டுகளுக்கு முன்பு கட்டப்பட்டது."

“இது ஒரு பெரிய வணிகரால் கட்டப்பட்டது. காட்டில் வாழ வேண்டும் என்ற ஆசை அவருக்கு இருந்தது”.

"அவரது தாய், தந்தை, மனைவி மற்றும் நான்கு மகள்களைக் கொண்ட ஒரு பெரிய குடும்பம் அவருக்கு இருந்தது."

"வைரவர்த்தினியின் கதையை அவர்கள் புறக்கணித்தனர்."

"அவர் அறிவியலில் சிறந்த அறிவாளியாகவும் இருந்தார்."

"முதல் சில ஆண்டுகளில் உண்மையில் எதுவும் நடக்கவில்லை, ஆனால் அவர்களின் மகள்களில் ஒருவர் கைவிடப்பட்ட வைரவர்த்தினி கோவிலைக் கண்டுபிடித்தபோது நிலைமை மோசமாகத் தொடங்கியது."

"வைரவர்த்தினிக்கு கோவில் உண்டா?" இடைமறித்தாள் ஆதியா.

“ஆம், வைரவர்த்தினியின் சாபத்திலிருந்து தப்பிக்க கிராம மக்கள் கோயில் கட்டி வழிபட்டனர்” என்று மாயன் பதிலளித்தான்.

"அப்புறம் என்ன நடந்தது?" என்று காவேரி கேட்டாள்.

மாயன் தொடர்ந்தான்,

"வணிகரின் மகள்களில் ஒருவர், ஒரு ஆய்வாளரைப் போல இருந்தார், அவள் வைரவர்த்தினியின் கோவிலை ஆராய விரும்பினாள்."

"அவள் ஒரு நாள் காட்டில் அலைந்து கொண்டிருந்தாள், அங்கே ஒரு கைவிடப்பட்ட கோவிலைக் கண்டாள்."

"அவள் ஆர்வத்தால் கோவிலுக்கு அருகில் சென்றாள்."

"அவள் கோவிலுக்கு அருகில் சென்றவுடன், ஒரு சிறுமி அவளிடம் ஓடி வந்தாள்".

"சிறுமியை கண்டு ஆச்சரியப்பட்டாள், சிறுமி எங்கிருந்து வந்தாள் என்று கேட்டாள்."

"அந்தச் சிறுமி தன் தாயுடன் காட்டில் வசிப்பதாகச் சொன்னாள்."

"அவள் அதிர்ச்சியடைந்து சிறுமியின் வீடு எங்கே என்று கேட்டாள்."

"இந்தக் கோயில்தான் தங்களுடைய வீடு என்று அந்தச் சிறுமி பதிலளித்தாள்".

"அவள் அதிர்ச்சியடைந்தாள், ஆனால் சிறுமி அப்பாவியாகத் தெரிந்தாள்."

"அவள் சிறுமியை தன் வீட்டிற்கு அழைத்துச் சென்றாள்."

"வீட்டில் உள்ள அனைவரும் குழந்தையைப் பார்த்து மகிழ்ச்சியடைந்தனர்."

"அவர்கள் சிறுமியிடம் அவளது தாயைப் பற்றி கேட்டார்கள், ஆனால் சிறுமி கேள்விக்கு பதிலளிக்கவில்லை."

"அவள் அவர்களுடன் வீட்டில் தங்க தயாரா என்று கேட்டார்கள்."

"சிறுமி அவர்களின் கோரிக்கையை ஏற்று அவர்களுடன் தங்க ஆரம்பித்தாள்."

"சிறுமியுடன் துக்கங்களும் துன்பங்களும் வந்தன."

"விரைவில் வணிகரின் தாயும் தந்தையும் இறந்துவிட்டார்கள்."

"வணிகர் தனது வியாபாரத்தில் நஷ்டத்தை சந்திக்கத் தொடங்கினார்."

"அவர்களின் மகள்களில் ஒருவர் விபத்தில் பார்வையை இழந்தார்."

"துக்கங்கள் முடிவடையவில்லை, விரைவில் பிரகாசமான வீடு இருளாக மாறியது."

"சிறு குழந்தையை அழைத்து வந்த அவர்களின் மகள்-களில் ஒருவர், தங்கள் வீட்டில் நடந்த சோகமான நிகழ்வு-களைப் பற்றி சிந்திக்க ஆரம்பித்தார்."

"திடீரென்று அந்தச் சிறுமி தங்கள் வீட்டிற்கு வந்த பிறகு தான் எல்லாம் நடக்க ஆரம்பித்துவிட்டது என்ற எண்ணம் அவளைத் தாக்கியது."

"அவள் உடனடியாக சிறுமியை முதலில் பார்த்த கோவி-லுக்கு அழைத்துச் சென்றாள்."

"அவள் சிறுமியை அங்கேயே விட்டுவிட்டு வீட்டிற்கு வந்தாள், ஆனால் வீட்டில் யாரும் இல்லை."

"அவள் அவர்களை எல்லா இடங்களிலும் தேடினாள், ஆனால் அவர்களை எங்கும் கண்டுபிடிக்க முடியவில்லை."

"வீட்டிற்கு முன்னால் ஒரு குழந்தை சிரிப்பதை அவள் கேட்டாள்."

"வெளியே குழந்தை தன் தாயுடன் நிற்பதைக் கண்டாள்."

"சிறுமியின் தாய் வைரம் பதித்த வெள்ளிப் புடவை அணிந்திருந்தாள்."

"வணிகரின் மகள் அதிர்ந்தாள், பயத்தால் அவளால் ஒரு வார்த்தை கூட பேச முடியவில்லை."

சிறுமியின் தாய் பேச ஆரம்பித்தார்.

"என் அனுமதியின்றி ஏன் என் குழந்தையை உன்னுடன் அழைத்துச் சென்றாய்?"

"ஏன் அவளை மீண்டும் கோவிலில் தனியாக விட்டு-விட்டாய்?"

“ஏன் இந்தக் காட்டிற்கு வந்தாய்? இது என்னுடையது. இந்த காடு எனக்கு சொந்தமானது”.

"வியாபாரியின் மகள் பதற்றத்துடன் நின்றாள், அவள் ஓட நினைத்தாள்."

"அவள் வீட்டிற்குள் சென்று ஜன்னல்கள் மற்றும் கதவுகள் அனைத்தையும் மூடினாள்."

"ஆனால் அம்மாவும் அவளுடைய குழந்தையும் கதவை வலுக்கட்டாயமாகத் தட்டினார்கள்."

"வணிகரின் மகள் மண்ணெண்ணெய் மற்றும் தீப்பெட்டியை எடுக்க சமையலறைக்கு ஓடினாள்"

"அவள் அவற்றைப் பெறுவதற்குள், தாயும் மகளும் அவளது சமையலறைக்குள் வந்தனர்."

"அவர்கள் அவளைப் பார்த்து சிரித்தனர்."

"அம்மா பேச ஆரம்பித்தாள்.

“எங்களை கொல்லப் போகிறீர்களா? தயவுசெய்து எந்த தாமதமும் செய்ய வேண்டாம். சீக்கிரம் செய்”

"வியாபாரியின் மகள் அவர்கள் மீது மண்ணெண்ணெய்யை ஊற்றி கொளுத்தினாள்"

"அது எரிய ஆரம்பித்தவுடன், வியாபாரியின் மகள், அவள் உடல் எரிவதைக் கண்டாள், ஆனால் நெருப்பு அவர்கள் மீது இருந்தது."

“அவள் கத்திக் கொண்டே இறந்தாள்” என்றான் மாயன்.

"குடும்பத்தில் மற்றவர்களுக்கு என்ன நடந்தது?" என்று காவேரி கேட்டாள்.

"ஒவ்வொருவரும் வெவ்வேறு அறைகளில் இறந்து கிடந்தனர்" என்று மாயன் கூறினார்.

கதையைக் கேட்டு நண்பர்கள் மூவரும் கலங்கினர்.

அவர்கள் வீட்டைப் பார்த்தார்கள், அது லட்ச கணக்கான சோகங்களைப் பாடியது.

"வாருங்கள் நாம் இங்கிருந்து சீக்கிரம் கிளம்புவோம்", என்றான் மாயன்.

நண்பர்களால் அதன் பின் சிரித்து அரட்டை அடிக்க முடியவில்லை.

மூவரும் அமைதியாக நடந்தார்கள்.

அவர்கள் விறகுகளை சேகரித்து தங்கள் கூடாரங்களுக்குத் திரும்பினர்.

# 14

# காட்டில் இரண்டாவது இரவு

மூன்று நண்பர்களும் நெருப்பைச் சுற்றி அமர்ந்திருந்தனர்.

மாயன் காட்டுக்குப் சென்றிருந்தான்.

“ஆதியா, மாயன் கூறிய கதையை நம்புகிறாயா?” என்று கேட்டாள் சரயு.

"நான் குழப்பத்தில் இருக்கிறேன், என் மனம் அது கற்பனை என்று சொல்ல முயற்சித்தாலும், என் இதயத்தால் அதை ஏற்றுக்கொள்ள முடியவில்லை."

“நானும் உணர்ச்சிகளைக் கொண்ட பெண் என்பதை ஏற்றுக்கொள்கிறேன். எனக்கும் பயமாக இருக்கிறது”, என்றாள் ஆதியா.

“சரியாகச் சொன்னாய் ஆதியா. அதனால் தான் இந்த காட்டை விட்டு வெளியேறுவோம் என்று சொல்கிறேன்”, என்றாள் சரயு.

“இல்லை சரயு, உள்ளே நுழைந்துவிட்டோம், விடை இல்லாமல் திரும்பிப் போகக் கூடாது”, என்றாள் காவேரி.

“இல்லை காவேரி, சரயு சொல்வது சரிதான். என் வாழ்க்கையைப் பற்றி நான் கவலைப்படவில்லை. நீங்கள் இருவரும் பாதுகாப்பாக இருக்க வேண்டும் என்று நான்

விரும்புகிறேன்'', என்றாள் ஆதியா.

"ஆனால் ஆதியா, இந்த நேரத்தில் வெளியே செல்ல முயற்சிப்பது கூட ஆபத்தாக இருக்கும்", என்றாள் காவேரி.

‘‘நான் இங்கேயே இருந்து என் வேலைகளை தொடர்-வேன், நீங்கள் இருவரும் கிளம்புங்கள். எனக்கு ஏதாவது நேர்ந்தால், அது என் வேலையின் ஒரு பகுதியாக இருக்-கும். ஆனா நீங்க ரெண்டு பேரும் அப்பாவிகள்'', என்று கண்ணீருடன் சொன்னாள் ஆதியா.

‘‘ஆதியா, நிறுத்து. உன்னை விடமாட்டோம்'', என்றனர் சரயுவும் காவேரியும்.

‘‘இல்லை, உங்கள் இருவரையும் வெளியே அழைத்துச் செல்லும்படி நான் மாயனிடம் கேட்கப் போகிறேன்'', என்-றாள் ஆதியா.

‘‘அது உன் முடிவாக இருந்தால், நாங்கள் சொல்வதை கேள், நீ இல்லாமல் நாங்கள் வெளியே வரமாட்டோம்'', என்று காவேரி கடுமையாகச் சொன்னாள்.

‘‘கேளு...'' என்றாள் ஆதியா.

காவேரி குறுக்கிட்டாள், "நீ நாங்கள் சொல்வதைக் கேள்".

‘‘சரி, அப்படியானால் எனக்கு ஒரு வாக்குறுதி கொடு'', என்றாள் ஆதியா.

"என்ன வாக்குறுதி?" என்று சரயுவும் காவேரியும் கேட்-டனர்.

"இன்று முதல் நாம் ஒரே கூடாரத்தில் தூங்குவோம், எக்-காரணம் கொண்டும் இரவில் யாரும் கூடாரத்தை விட்டு வெளியே வரக்கூடாது."

"நாம் எப்போதும் ஒன்றாக இருக்க வேண்டும்", என்றாள் ஆதியா.

காவேரியும் சரயுவும் தலையசைத்தனர்.

அதற்குள் மாயன் திரும்பி வந்தான்.

முந்தின இரவைப் போல அவர்கள் மகிழ்ச்சியாக இல்லை.

அவர்கள் விரைவில் இரவு உணவை உண்டுவிட்டு தங்கள் கூடாரத்திற்கு சென்றனர்.

“எக்காரணம் கொண்டும் கூடாரத்தை விட்டு வெளியே வராதீர்கள். நீங்கள் ஒரு விசித்திரமான குரல் அல்லது சத்தம் கேட்கலாம், அவற்றைக் கேட்டு வெளியே செல்ல வேண்டாம்," என்று எச்சரித்தாள் ஆதியா.

காவேரியும் சரயுவும் ஏற்றுக்கொண்டு தூங்கச் சென்றனர்.

ஆதியா அன்றைய சம்பவங்களை ஆவணப்படுத்தத் தொடங்கினாள்.

அவள் மாயனின் கதையையும் காட்டுக்குள் நுழைந்த மனிதனின் மரணத்தையும் நினைத்தாள்.

பறவைகள் மற்றும் விலங்குகளின் சத்தம் கேட்டாலும், அதைக் காணவில்லை என்ற எண்ணம் அவளைத் தாக்கியது.

ஆதியா தனது பயணத்தைத் தொடங்கும் போது ஆவிகளை விட விலங்குகளிடமிருந்து வரும் அச்சுறுத்தல்களைப் பற்றி அதிகம் கவலைப்பட்டாள்.

ஆனால் அவள் அதை பார்க்கவில்லை என்பது மிகவும் விசித்திரமாக இருந்தது.

"பசுமை நிறைந்த காட்டில் பறவைகளோ விலங்குகளோ இல்லாமல் எப்படி இருக்கும்?"என நினைத்தாள் ஆதியா.

காவேரியையும் சரயுவையும் பார்த்தீர்களா என்று அவள் கேட்டாள், ஆனால் அவர்களும் தாங்கள் எதையும் காணவில்லை என்று பதிலளித்தார்கள்.

ஆதியா மாயனிடம் அதைப் பற்றிக் கேட்டாள். வைரவர்த்தினியைக் கண்டு அஞ்சியதால் பறவைகளும் விலங்குகளும் இந்தக் காட்டில் நடமாடுவதில்லை என்று மாயன் இன்னொரு கதை சொன்னான்.

ஆனால் எல்லா அமானுஷ்ய படங்களிலும் குறைந்தபட்சம் வௌவால்கள் பறப்பதை ஆதியா பார்த்திருப்பதால் நம்புவது சற்று கடினமாக இருந்தது. ஆனால் இந்த காட்டில் வௌவால்கள் கூட பறக்கவில்லை.

ஆதியா ஒவ்வொரு சம்பவத்தையும் விரிவாக எழுதி-விட்டு தூங்கச் சென்றாள்.

அவள் நன்றாக தூங்கவில்லை, அவளுடைய நண்பர்க-ளைப் எண்ணி மிகவும் கவலையுற்றாள்.

ஆனால் அந்த இரவு விசித்திரமாக இல்லை, எல்லாம் சாதாரணமாக தோன்றியது.

# 15

# மூன்றாம் நாள்

சரயுவின் அலறலுடன் எழுந்தாள் ஆதியா.

என்ன நடந்தது என்று கண்டுபிடிக்க அவள் விரைந்தாள்.

"ஏன் அலறினாய்? நலமா?" என்று கேட்டாள் ஆதியா.

சரயுவால் பேசமுடியவில்லை, அவள் அசாதாரணமாக மூச்சுவிட்டாள்.

சரயுவுக்கு தண்ணீர் கொடுத்து கூடாரத்தில் ஓய்வெடுக்க வைத்தனர்.

ஒரு மணி நேரம் கழித்து எழுந்தாள்.

அவள் அருகில் ஆதியாவும் காவேரியும் அமர்ந்திருந்தனர்.

"என்ன நடந்தது? ஏன் அலறினாய்? நீ ஏதாவது விசித்திரமாக கண்டாயா?" என்று கேட்டாள் ஆதியா.

"ஆம், காலையில் கூடாரத்தை விட்டு வெளியே வந்து புலியின் கால் தடங்களைப் பார்த்தேன்" என்றாள் சரயு.

"என்ன?" ஆதியாவும் காவேரியும் ஆச்சரியப்பட்டார்கள்.

"ஆம், நான் கால்தடங்களை ஒட்டிச் சென்றேன், திடீரென்று புலி என் முன்னால் வந்தது. நான் பயந்து கத்த ஆரம்பித்தேன். அதற்குள் போய்விட்டது", என்றாள் சரயு.

"நம்ப முடியவில்லை, இந்தக் காட்டில் புலிகளே இல்லை" என்றாள் காவேரி.

"உனக்கு எப்படி தெரியும்?" என்று கேட்டாள் ஆதியா.

“இந்தக் காட்டிற்கு வருவதற்கு முன், உள்ளூர் சுற்றுச்சூழல் ஆர்வலர் ஒருவருடன் உரையாடினேன். இங்கு வாழும் விலங்குகள் குறித்து என்னிடம் கூறிய அவர், இந்தப் பகுதியிலும் அதைச் சுற்றியுள்ள பகுதிகளிலும் இதுவரை புலிகள் தென்படவில்லை என்று குறிப்பிட்டார்”, என்றார் காவேரி.

"அப்படியானால் இது ஆவியாக இருக்க வேண்டும் என நினைக்கிறேன்", என்று சரயு பயத்துடன் சொன்னாள்.

"தோழிகளே, பயப்படாதீர்கள், புலி மீண்டும் இங்கு வராமல் இருக்க தேவையான நடவடிக்கைகளை மேற்கொள்கிறேன்", என்று ஆதியா கூடாரத்தை விட்டு வெளியே வந்தாள்.

ஆதியா வெளியே வந்து மாயனிடம் புலியைப் பார்த்தாயா என்று கேட்டாள்.

மாயன், தான் பார்க்கவில்லை என்றும், சரயு அலறிய போது தான் தெரிந்தது என்றும் பதிலளித்தார்.

ஆதியா புல்வெளியில் அமர்ந்தாள். அவள் மனதில் ஆயிரக்கணக்கான எண்ணங்கள் பெருக்கெடுத்தன

.மாயனிடம் புலி வராத படி கூடாரத்தின் நான்கு பக்கங்களிலும் தீ வைக்கச் சொன்னாள்.

அதற்குத் தேவையான அனைத்து ஏற்பாடுகளையும் மாயன் செய்தான்.

ஆதியா கூடாரத்திலிருந்து ஒரு பை நிறைய குப்பைகளை கொண்டு வந்தாள்.

“மாயன், எனக்கு உன்னிடமிருந்து ஒரு உதவி தேவை”, என்றாள் ஆதியா.

"அம்மா, நான் உங்களுக்கு என்ன செய்ய முடியும்?" என்று கேட்டான் மாயன்.

“மாயன், பெரிய அளவில் குப்பை குவிந்து கிடக்கிறது. நீங்கள் அவற்றை காட்டின் எல்லைக்கு கொண்டு சென்று

அங்கே குப்பை தொட்டியில் போட வேண்டும் என்று நான் விரும்புகிறேன்'', என்றாள் ஆதியா.

"ஆனால் நாங்கள் அவற்றை இங்கேயே எரிப்போம், ஏன் வெளி பகுதிக்கு கொண்டு செல்ல வேண்டும்?" என்று கேட்-டான் மாயன்.

"இல்லை மாயன், இந்தக் காடு மிகவும் அழகாகவும், சுத்தமாகவும் இருக்கிறது, பிளாஸ்டிக்கைச் சேர்த்து அசுத்தம் செய்ய நான் விரும்பவில்லை", என்றாள் ஆதியா.

மாயன் சிரித்துக் கொண்டே அவற்றை வெளியில் கொண்டு செல்வதாக உறுதியளித்தார்.

``மாயன், பாதுகாப்பாக இரு, சீக்கிரம் திரும்பு'', என்றாள் ஆதியா.

மாயன் சரி என்று சொல்லிவிட்டு குப்பையை வெளியில் கொண்டு சென்றான்.

இதற்கிடையில் காவேரி அவர்களுக்கு உணவு தயார் செய்து கொண்டிருந்தாள்.

சரயு ஓய்வெடுத்துக் கொண்டிருந்தாள், ஆதியா தனது திட்ட அறிக்கையை எழுதிக் கொண்டிருந்தாள்.

மதியம் வரை எல்லாம் சகஜமாக நடந்தது.

மதியத்திற்கு பிறகு பலத்த மழை பெய்ய தொடங்கியது. கூடாரத்தில் தங்களுடைய அனைத்து பொருட்களையும் பத்-திரமாக வைக்க அவர்கள் விரைந்து வந்தனர்.

பலத்த காற்று மற்றும் இடியுடன் கூடிய மழை பெய்தது.

எங்கு பார்த்தாலும் ஈரமாக இருந்தது.

மாயனும் இன்னும் வரவில்லை.

விறகுகளும் ஈரமாகி பயன்பாட்டிற்கு லாயக்கற்ற நிலை-யில் இருந்ததால் அவர்கள் தனிமையில் இருப்பதைப் பற்றி கவலைப்பட்டனர்.

அவர்களிடம் டார்ச் லைட் மட்டுமே இருந்தது.

மாலையில் மாயன் வந்தான்.

அவர் கையில் ஒரு பெரிய கட்டு கட்டப்பட்டிருந்தது.

"என்ன நடந்தது மாயன்?" என்று கவலையுடன் கேட்டாள் ஆதியா.

"ஒன்றுமில்லை, நான் ஒரு பாறையில் வழுக்கி மயக்கமடைந்தேன், அந்த பகுதியில் உள்ள சிலர் என்னை உள்ளூர் மருந்தகத்திற்கு அழைத்துச் சென்று முதலுதவி அளித்தனர்" என்று மாயன் கூறினார்.

"அட, நலமா? நீங்கள் எங்களுடன் இருக்க முடியுமா?" என்று கேட்டாள் ஆதியா.

"ம்..., ஏன் முடியாது? நான் முற்றிலும் நலமாக இருக்கிறேன். இப்படி பட்ட காயங்கள் எனக்குப் பழகிவிட்டன", என்றான் மாயன்.

"நீங்கள் சிறிது ஓய்வெடுங்கள்" என்றாள் காவேரி.

மாயன் ஏற்றுக்கொண்டு தூங்கச் சென்றான்.

அந்த நாள் எவருக்கும் மகிழ்ச்சியாக இருக்கவில்லை.

இரவு உணவு முடிந்து உறங்கச் சென்றனர்.

களைப்பாக இருந்ததால் சரயுவும் காவேரியும் சீக்கிரமே உறங்கினார்கள்.

ஆதியாவால் தூங்க முடியவில்லை. காட்டில் நடக்கும் சம்பவங்களைப் பற்றி அவளால் ஒரு முடிவுக்கு வர முடியவில்லை.

அவள் ஒரு புத்தகத்தைப் படித்துக் கொண்டிருந்தாள், திடீரென்று ஒரு குழந்தை ரைம்ஸ் பாடுவதைக் கேட்டாள்.

ஆதியா அதிர்ந்து போனாள்.

அவள் இதயம் பலமாக துடிக்க ஆரம்பித்தது.

அவளால் சாதாரணமாக சுவாசிக்க முடியவில்லை.

காட்டில் கைவிடப்பட்ட வீட்டைப் பற்றிய மாயன் கதை அவளுக்கு நினைவுக்கு வந்தது.

கூடாரத்திலிருந்து ஒரு சிறுமியின் நிழலைக் கண்டாள். அவள் நடுங்கி விட்டாள்.

மூச்சு சத்தம் வராமல் இருக்க வாயை இறுக்கமாக மூடினாள்.

நிழல் அங்கேயே நின்று, "ஆதியா...ஆதியா..." என்று அழைத்தது.

ஆதியா அதிர்ந்தாள், அந்த விசித்திரமான சிறுமிக்கு தன் பெயர் எப்படித் தெரியும் என்று அவள் குழப்பமடைந்தாள்.

ஆதியா அமைதியாக இருக்க முயன்றாள். அவள் தன் தோழிகளைப் பார்த்து அவர்கள் எழுந்திருக்கக்கூடாது என்று வேண்டிக்கொண்டாள்.

சிறுமியின் நிழல் நகர ஆரம்பித்தது.

அது அவளது கூடாரத்தைச் சுற்றி வட்டமிட்டது.

ஆதியா ஆபத்தை அருகில் உணர்ந்தாள்.

அவள் கண்களை இறுக மூடிக்கொண்டு தன் ஸ்லீப்பிங் பேக்கில் சென்று பிரார்த்தனை செய்ய ஆரம்பித்தாள்.

சிறிது நேரம் கழித்து அங்கு முழு அமைதி நிலவியது.

நிழல் இப்போது இல்லை.

ஆதியா வெளியே சென்று சிறுமி சென்றுவிட்டாளா என்பதை உறுதிப்படுத்த விரும்பினாள், ஆனால் அவளுடைய பயம் அவளை அவ்வாறு செய்ய விடவில்லை.

தன் தோழிகளின் உயிரைக் காக்க மறுநாள் காலையில் காட்டை விட்டு வெளியேறுவது என்று உறுதியான முடிவு எடுத்தாள்.

மறுநாள் காலை எழுந்தவுடன் தன் முடிவை தோழிகளிடம் சொல்ல நினைத்தாள்.

மிகுந்த போராட்டத்திற்கு பிறகு ஆதியா எப்படியோ தூங்கினாள்.

# 16

# காலை பதட்டம்

“ஆதியா...ஆதியா... சீக்கிரம் எழுந்திரு”, பதட்டமாக அழைத்தாள் காவேரி.

“என்ன விஷயம் காவேரி? நீ ஏன் இவ்வளவு கவலைப்படுகிறாய்?” என்று கேட்டாள் ஆதியா.

“சரயுவை காணவில்லை”, என்றாள் காவேரி.

“என்ன?” ஆதியா திகைத்து நின்றாள்.

"காவேரி, சரயுவை எல்லா இடங்களிலும் தேடி பார்த்தாயா?" என்று கேட்டாள் ஆதியா.

“ஆம் ஆதியா, நானும் மாயனும் எல்லா இடங்களிலும் தேடினோம், அவள் எங்கும் இல்லை” என்றாள் காவேரி.

ஆதியா விரைந்தாள்.

மூவரும் அருகிலுள்ள அனைத்து இடத்திலும் தேடினர் ஆனால் எதுவும் பலனளிக்கவில்லை.

"எல்லாம் என் சுயநலத்தால் தான். அவள் வாழ்க்கையோடு விளையாடினேன். வீட்டில் பெற்றோரிடம் என்ன சொல்லப் போகிறேன்?" என்று அழ ஆரம்பித்தாள் ஆதியா.

காவேரியும் சோகத்தில் முணுமுணுத்தாள், “நீ மட்டும் இல்லை நானும் அதைத்தான் செய்தேன்.

அவள் என்னை பலமுறை எச்சரித்தாள். ஆனால் நான் அதை பெரிதாக எடுத்துக் கொள்ளவே இல்லை”.

“நம்முடன் இருக்கும் வரை அந்த நபரின் மதிப்பை நாம் அறிய மாட்டோம். பிரிவினை அன்பின் சிறந்த ஆசிரியர். ஆனால் இந்த பாடத்தை வலிமிகுந்த வழியில் நமக்குக் கற்பிக்கிறது விதி”.

“சரயு, தயவுசெய்து திரும்பி வா. நான் உன்னை எங்கே கண்டுபிடிப்பேன்?" என்று அழுதாள் ஆதியா.

அவர்களுக்குப் அருகில் மாயன் வந்தான்.

"இதனால்தான் நான் எப்போதும் எச்சரித்தேன், ஆனால் நீங்கள் என்னை ஒருபோதும் கவனிக்கவில்லை, இப்போது உங்கள் தோழியை விலையாக கொடுத்தீர்கள்", என்றான் மாயன்.

“இல்லை சரயுவுக்கு எதுவும் நடந்திருக்காது. அவள் பாதுகாப்பாக இருப்பாள். அவளை மரணம் நெருங்க விட மாட்டேன்”, என்றாள் ஆதியா முழு ஆவேசத்துடன்.

“நீங்கள் இன்னும் தவறான முடிவை எடுக்கிறீர்கள். தயவு செய்து காட்டை விட்டு வெளியே சென்று உங்கள் உயிரையாவது காப்பாற்றுங்கள்”, என்றான் மாயன்.

“இல்லை, சரயு இல்லாமல் இந்தக் காட்டை விட்டு நான் போக மாட்டேன். தேவைப்பட்டால் என் உயிரை கொடுக்க தயாராக இருக்கிறேன்”, என்றாள் ஆதியா.

“சரியாகச் சொன்னாய் ஆதியா, சரயு இல்லாமல் நாம் இந்தக் காட்டை விட்டு வெளியேறக் கூடாது” என்றாள் காவேரி.

“கடவுளால் மட்டுமே உங்களை காப்பாற்ற முடியும்” என்றான் மாயன்.

"மாயன், வா நாம் எல்லா திசைகளிலும் சென்று அவளைக் தேடி பார்க்கலாம் ", என்றாள் ஆதியா.

“சரி, போகலாம்” என்றான் மாயன்.

மூவரும் சரயுவை தேடி சென்றனர்.

# 17

# தேடல் தொடங்கியது

களைப்பு வரும் வரை நீண்ட தூரம் நடந்தார்கள், ஆனால் சரயுவைப் பற்றி எந்த தடயமும் இல்லை.

ஆதியா கால் தடங்களை தேடினாள். ஆனால் எதுவும் இல்லை.

அவள் ஆதாரத்தைத் தேடிக்கொண்டிருந்தாள், ஆனால் ஒன்றைக் கூட கண்டுபிடிக்க முடியவில்லை.

இரண்டு நண்பர்களும் இப்போது தனிமையாகவும் சோகமாகவும் உணர்ந்தனர்.

அவர்கள் மனதளவிலும் உடலளவிலும் சோர்வடைந்தனர்.

அவர்கள் ஒரு சிறிய ஊற்றின் அருகே நின்றார்கள்.

ஆதியா சோகத்தில் மூழ்கினாள்.

தாங்கள் காட்டிற்கு வந்த நாள் முதல் நடந்த சம்பவங்களை காவேரியிடம் கூறினாள்.

"ஆதியா, இந்த விஷயங்களையெல்லாம் ஏன் எங்களிடம் சொல்லவில்லை?"

" ஏன் இவ்வளவு நடந்தும் எதுவும் நடக்காதது போல் அமைதியாக இருந்தாய்" என்று கோபமாக கேட்டாள்

காவேரி.

"இது இவ்வளவு தீவிரமாக மாறும் என்று நான் நினைக்கவில்லை."

"இன்னைக்கு காலையில எல்லாத்தையும் சொல்லிட்டு காட்டை விட்டுப் போகணும்னு நினைச்சேன், ஆனா விதி என்னை முந்திருச்சு", என்றாள் ஆதியா கவலையுடன்.

"சரி ஆதியா அதை விடு. என்ன நடந்ததோ அது நடந்து விட்டது. இனி அடுத்ததைத் திட்டமிடுவோம்", என்றாள் காவேரி.

ஆதியா காவேரியை இறுக அணைத்துக் கொண்டாள்.

"நீ எப்போதும் என்னைப் புரிந்துகொள்கிறாய். உன்னைப் பெற்றதில் நான் மிகவும் அதிர்ஷ்டசாலி, அதனால்தான் நான் ஒரு முடிவை எடுத்து இருக்கிறேன்," என்றாள் ஆதியா.

"என்ன முடிவு?" என்று காவேரி கேட்டாள்.

"தயவுசெய்து மாயன் உதவியுடன் காட்டை விட்டு வெளியேறு."

"நான் இங்கேயே இருந்து எப்படியாவது சரயுவைக் கண்டுபிடித்து அழைத்து வருகிறேன்", என்றாள் ஆதியா.

"இல்லை ஆதியா, என்ன இருந்தாலும் நான் உன்னை விட்டு போக மாட்டேன். நம் நட்பு இலக்குகள் உனக்கு நினைவிருக்கிறதா?

"நாம் குழந்தை பருவத்திலிருந்தே நண்பர்களாக இருக்கிறோம், இப்போது வரை நாம் ஒருவருக்கொருவர் விலகி இருந்ததில்லை."

"என் மேல உனக்கு கோபம் வந்தாலும் நான் உன்னை விட்டு போக மாட்டேன்", என்றாள் காவேரி உறுதியுடன்.

காவேரியின் பேச்சைக் கேட்டு ஆதியாவுக்கு கண்ணீர் வந்தது.

"சரி, நாம் ஒன்றாக இருந்து சரயுவைக் கண்டுபிடிப்போம்" என்றாள் ஆதியா.

“கண்களை துடைத்துக் கொள். நீ தான் எங்களில் தைரியமானவள் என்பது எனக்குத் தெரியும். நீ பொறுமையாக இருக்க வேண்டும்."

"உணர்ச்சிகளின் அலைகள் ஒருபோதும் சிந்திக்கவோ அல்லது புத்திசாலித்தனமான முடிவை எடுக்கவோ அனுமதிக்காது."

“சிறிது நேரம் உட்காரு. கண்ணை மூடி ஆழ்ந்து யோசி”, என்றாள் காவேரி.

ஆதியா சிறிது நேரம் அமர்ந்து யோசித்தாள்.

சில நிமிடங்களுக்குப் பிறகு ஆதியா தன் எண்ணங்களில் ஒரு தெளிவை உணர்ந்தாள்.

அவர்களை வைரவர்த்தினி கோவிலுக்கு அழைத்துச் செல்லும்படி மாயனிடம் கேட்டாள்.

“நீங்கள் உறுதியாக இருக்கிறீர்களா? நான் உங்கள் இருவரையும் அங்கு அழைத்துச் செல்ல வேண்டுமா?" என்று கேட்டான் மாயன்.

"ஆம் மாயன், உறுதியாக", என்றாள் ஆதியா.

அவளது கட்டளைகளுக்குக் கீழ்ப்படிய வேண்டியிருந்ததால் மாயனால் அவளது யோசனையை நிராகரிக்க முடியவில்லை.

கோவிலை நோக்கி நடக்க ஆரம்பித்தனர்.

# 18

# வைரவர்த்தினி கோவில்

அவர்கள் ஒரு நாள் நடை பயணத்தால் சோர்வாக இருந்தனர்.

அவர்கள் கோவிலை நெருங்கும் போது சாயங்காலம் நெருங்கிவிட்டது.

தூரத்தில் ஒரு பிரகாசமான கோயில் தெரிந்தது.

“மாயன், அது வைரவர்த்தினி கோயிலா?” என்று கேட்டாள் ஆதியா.

“ஆம்” என்றான் மாயன்.

"ஆனால், அது கைவிடப்பட்ட கோவில் என்று நீங்கள் சொன்னீர்கள், ஆனால் இது புதிது போல் தெரிகிறது", என்றாள் காவேரி.

"எனக்கும் குழப்பமாக இருக்கிறது, மிகவும் விசித்திரமாக இருக்கிறது, அது விளக்குகளால் அலங்கரிக்கப்பட்டுள்ளது" என்று மாயன் கூறினார்.

“கோவிலுக்கு அருகில் போகலாம்” என்றாள் ஆதியா.

“இல்லை, கோயிலுக்கு அருகில் செல்ல நான் பரிந்துரைக்கவில்லை. இது மிகவும் விசித்திரமாகத் தெரிகிறது, இது ஆவிகள் வைத்த பொறியாக இருக்கலாம்” என்று

மாயன் எச்சரித்தார்.

"நீ பயந்தால் இங்கேயே இரு மாயன், நானும் ஆதியும் அருகில் சென்று தெரிந்து கொண்டு வருகிறோம்", என்று சொல்லிவிட்டு காவேரி அதை நோக்கி நடக்க ஆரம்பித்தாள்.

மாயன் அவர்களைத் தடுக்க முயன்றார், ஆனால் அது பலனளிக்கவில்லை.

அவர்கள் கோவிலை நெருங்கியதும், மந்திரம் ஓதும் சத்தம் கேட்டது.

அவர்கள் ஆச்சரியப்பட்டார்கள்.

இவ்வளவு அழகான கோயிலை அவர்கள் பார்த்ததே இல்லை. அது வைரத்தால் கட்டப்பட்டது போல் இருந்தது.

மேகங்கள் இல்லாத இரவில் பிரகாசமான சீரியஸ் நட்சத்திரம் போல் பிரகாசித்தது.

அதன் அழகில் கவரப்பட்டு, அறியாமலேயே அதன் அருகில் சென்றனர்.

கோயில் வளாகத்தை சுற்றிலும் மணம் வீசியது, கோயிலைச் சுற்றி மலர் அலங்காரம் சொர்க்கமாக காட்சியளித்தது.

நுழைவாயிலை அடைந்த அவர்கள், தெய்வத்தின் முன் ஒரு முனிவர் அமர்ந்து மந்திரங்களை உச்சரிப்பதைக் கண்டு ஆச்சரியப்பட்டார்கள்.

முனிவரின் கவனத்தைப் பெற அவர்கள் நுழைவாயிலில் காத்திருந்தனர்.

இதற்கிடையில் மாயன் அவர்களை தடுக்க முயன்றான்.

முனிவர் காவி அங்கி அணிந்திருந்தார், அவர் நரைத்த முடியுடன் கழுத்தில் ருத்ராட்ச மாலையை அணிந்திருந்தார்.

அவர் மிகவும் ஆழ்ந்த பக்தியில் மூழ்கி இருந்தார், அவர் இவர்களை ஒருபோதும் கவனிக்கவில்லை.

அவர்கள் அமர்ந்து முனிவரின் பிரார்த்தனை முடிய காத்திருந்தனர்.

இதற்கிடையில், ஆதியா தெய்வ விக்ரகத்தை கண்டு வியந்தாள்.

தெய்வம் வைரத்தால் ஆனது மற்றும் தங்கத்தால் அலங்கரிக்கப்பட்டது.

இது வைரவர்த்தினியின் (வைர தெய்வம்) பெயரை ஒத்திருந்தது.

சிலையின் முகம் மிகவும் துல்லியமாக செதுக்கப்பட்டிருந்தது, அதை முதன் முதலில் பார்க்கும் எவரும் அதற்கு உயிர் இல்லை என்று நம்ப மாட்டார்கள்.

முனிவர் எழுந்து நின்றார்.

சிரித்த முகத்துடன் இருந்தார்.

மெதுவாக அவர்களை நோக்கி நடந்தார்.

"ஆதியா" என்று துறவி தனது மெல்லிய குரலில் அழைத்தார்.

ஆதியா அதிர்ந்து போனாள். முனிவருக்கு தன் பெயர் எப்படித் தெரியும் என்று யோசிக்க ஆரம்பித்தாள். அவள் அவரை இதற்கு முன் பார்த்ததோ அல்லது சந்தித்ததோ இல்லை.

"எப்படி?... என் பெயர் உங்களுக்கு எப்படி தெரியும்?" என்று கேட்டாள் ஆதியா.

முனிவர் புன்னகைத்து, "உன் பெயர் மட்டுமல்ல, உன்னைப் பற்றியும், உன் நண்பர்களைப் பற்றியும் எனக்கு எல்லாம் தெரியும்" என்று பதிலளித்தார்.

ஆதியா மீண்டும் அதிர்ந்தாள்.

அவள் உணர்ச்சிகளின் உச்சத்தில் இருந்தாள்.

அவள் அவர் காலில் விழுந்து அழ ஆரம்பித்தாள், "எனது தோழி சரயு எங்கே இருக்கிறாள் என்று சொல்லுங்கள்?",என ஆதியா கெஞ்சினாள்.

முனிவர் புன்னகைத்தார், ஒரு வார்த்தை கூட பேசவில்லை.

காவேரியும் மாயனும் ஆதியாவை சமாதானப்படுத்த முயன்றனர்.

ஆனால் ஆதியாவால் அழுகையை நிறுத்த முடியவில்லை. அவள் வேதனையில் அலறினாள்.

"நீங்கள் ஒரு பெரிய ஞானி போல இருக்கிறீர்கள், எங்களைப் பற்றி உங்களுக்கு எல்லாம் தெரியும் என்று சொன்னீர்கள், ஆனால் எங்கள் தோழி எங்கே இருக்கிறார் என்று ஏன் சொல்ல மறுக்கிறீர்கள்?" என்று கோபத்துடன் கேட்டாள் காவேரி.

மாயன் காவேரியை இழுக்க முயன்றான்.

அவன் காவேரியின் காதுகளில் கிசுகிசுத்தான், ''சண்டை வேண்டாம். அவருக்கு பல மாய வித்தைகள் தெரியும்''.

ஆனால் காவேரி அதற்கு மறுத்து முனிவரிடம் தொடர்ந்து கத்தினாள்.

முனிவரிடம் எந்த சலனமும் இல்லை, அவர் நிலைமையைப் பற்றி கவலைப்படவில்லை.

“மன்னிக்கவும், அவர்கள் இளம் பெண்கள். உங்களைப் பற்றி அவர்களுக்குத் தெரியாது. தயவு செய்து அவர்களை மன்னியுங்கள்'' என்று மாயன் முனிவரிடம் கூறினார்.

“கவலைப்பட வேண்டாம் மாயன். அவர்களின் உணர்வுகளை என்னால் புரிந்து கொள்ள முடிகிறது.''

"மனிதர்கள் தங்களுக்கு எல்லாம் இருக்கும்போது இறைவனைப் புகழ்வதும், சவால்களில் சிக்கும்போது அதே இறைவனை நிந்திப்பதும் சகஜம்" என்றார் முனிவர்.

"ஆதியா, காவேரி, கடவுள் உங்களை பல வழிகளில் காப்பாற்ற முயன்றார்."

"அவர் உங்களுக்கு நிறைய தடயங்களையும், தப்பிக்க வாய்ப்புகளையும் கொடுத்தார்."

"ஆனால் நீங்கள் அவற்றை பற்றி ஒருபோதும் கவலைப்படவில்லை, இப்போது நீங்கள் உதவி கேட்டு அழுகிறீர்கள்" என்று முனிவர் சிரித்தார்.

“என்ன? எங்களுக்கு எப்பொழுது எச்சரிக்கை வந்தது?" என்று காவேரி கேட்டாள்.

“அதியாவை ஒரு விசித்திரமான மனிதர் பலமுறை எச்சரித்தார், அவர் என் சீடர்களில் ஒருவர். நீங்கள் இங்கு வருவதற்கு முந்தைய நாள் இரவே அவர் உங்கள் வீட்டிற்கு

வந்திருந்தார்'' என்றார் முனிவர்.

"ஆதியா, அது உண்மையா?" என்று காவேரி கேட்டாள்.

“ஆம்'' என்று ஆதியா மீண்டும் அழ ஆரம்பித்தாள்.

காவேரி துக்கத்துடன் கேட்டாள், "நீ ஏன் அதைப் பற்றி எங்களிடம் சொல்லவே இல்லை''.

"விஷயங்கள் இவ்வளவு தீவிரமாக மாறும் என்று நான் ஒருபோதும் நினைத்ததில்லை. வைர மலையைச் சுற்றியுள்ள கதைகளை நான் ஒரு போதும் நம்பவில்லை''.

"அது என் பெரிய தவறு என்று இப்போது புரிந்து கொண்டேன்", என்றாள் ஆதியா.

“காவேரி பொறு, மற்றவற்றையும் பட்டியலிடுகிறேன்'' என்றார் முனிவர்.

“ஆதியாவை முதலில் ஒரு வயதான பெண் எச்சரித்தார். ஆதியாவை மரணத்தில் இருந்து காப்பாற்றவே அவர் அவளை காயப்படுத்த முயன்றாள். ஆனால் ஆதியா அவரை ஒருபோதும் சட்டை செய்யவில்லை''.

"நீங்கள் காட்டிற்கு வந்தபோது, ஆதியா தன் கூடாரத்திற்கு மேலே ஒரு விசித்திரமான மழையைப் பார்த்தாள், மேலும் ஒரு பெண்ணின் அழு குரலையும் கேட்டாள்."

"அடுத்த நாள் இரவு, கூடாரத்திற்கு வெளியே ஒரு சிறுமி தன் பெயரை அழைப்பதை அவள் கேட்டாள்" என்று முனிவர் முடித்தார்.

காவேரி வாயடைத்து போனாள்.

ஆதியா தன்னிடம் இருந்து இந்த நிகழ்வுகளை மறைப்பாள் என்று அவள் நினைக்கவே இல்லை.

அவள் எதுவும் பேசவில்லை ஆனால் ஆதியாவை முறைத்தாள்.

எந்தக் கேள்விக்கும் பதில் சொல்ல முடியாத நிலையில் ஆதியா இருந்தாள்.

“தெரியுமா? சரயுவும் அன்று இரவு சிறுமியின் குரலைக் கேட்டு, அந்தப் பெண்ணைப் பார்க்க வெளியே வந்தாள்''.

"சிறுமி உன் தோழியை தன்னுடன் அழைத்துச் சென்றாள்" என்றார் முனிவர்.

இதைக் கேட்ட ஆதியாவும் காவேரியும் அதிர்ச்சியடைந்தனர்.

“அப்படியானால் சரயு எங்கே இருக்கிறாள் என்பது நிச்சயம் உங்களுக்கு தெரியும். சொல்லுங்கள், நாங்கள் உடனடியாக இந்த காட்டை விட்டு வெளியேறுவோம்”.

“எனது தோழியின் உயிரைப் போல முக்கியமானது எதுவுமில்லை” என்று ஆதியா முனிவரிடம் கெஞ்சினாள்.

“தாமதமாகிவிட்டது ஆதியா, இந்த முடிவை எடுக்க உனக்கு போதுமான அவகாசம் கொடுக்கப்பட்டது. நீ அவற்றை புறக்கணித்தாய், இப்போது நீ செய்த தவறுக்கு விலை கொடுக்கிறாய்”.

“சரயு எங்கே இருக்கிறாள் என்று எனக்குத் தெரியும்” என்றார் முனிவர்.

ஆதியாவும் காவேரியும் வாயடைத்து முனிவரைப் பார்த்தனர்.

"அவள் சாகவில்லை."

"இப்போதைக்கு நான் உங்களுக்கு சொல்லக்கூடியது அவ்வளவுதான்."

“நீ இப்போது போகலாம்” என்று சொல்லிவிட்டு முனிவர் கோயிலுக்குள் சென்றார்.

ஆதியாவும் காவேரியும் முனிவரைப் பின்தொடர முயன்றனர், ஆனால் மாயன் அவர்களைத் தடுத்து, கூடாரத்திற்கு அழைத்துச் சென்றார்.

# 19

# ஒரு சோக இரவு

இருள் மெல்ல நீல வானத்தை ஆக்கிரமித்தது.

வானம் மட்டுமல்ல, ஆதியாவும் காவேரியும் எல்லையற்ற இருளில் சிக்கிக்கொண்டது போல் உணர்ந்தனர்.

ஆதியாவும் காவேரியும் கூடாரத்தின் ஓரங்களில் அமர்ந்திருந்தனர்.

மாயன் விறகு ஏற்பாடு செய்து கொண்டிருந்தான்.

முழு அமைதி நிலவியது.

அவர்கள் காட்டிற்கு வந்த நாளை ஆதியா கற்பனை செய்தாள். சலசலப்புகள் மற்றும் சிரிப்புகள் நிறைந்த வேடிக்கையாக இருந்தது.

மூன்று நண்பர்களும் பிரிந்ததே இல்லை. அவர்கள் மூவரும் வெவ்வேறு தொழிலையும் ஆர்வத்தையும் கொண்டிருந்தாலும், எப்போதும் ஒன்றாக இருப்பதை உறுதி செய்தனர்.

ஆனால் இன்று எல்லாம் மிகவும் வெற்றிடமாகவும் பூஜ்யமாகவும் தோன்றியது.

மூவரும் ஒரு சாகசப் பயணம் செல்ல வேண்டும் என ஒருமுறை சரயு சொன்னது ஆதியாவுக்கு நினைவுக்கு வந்தது.

ஆனால் இப்போது அவள் அவர்களை பயணத்தில் பாதியில் விட்டு விட்டாள்.

சாப்பிட ஏதாவது வேண்டுமா என்று மாயன் கேட்டான்.

ஆனால் காவேரியும் ஆதியாவும் மிகவும் அவநம்பிக்கையுடன் இருந்தனர்.

வெறும் தரையில் படுத்திருந்த அவர்கள், களைப்பினால் சுயநினைவின்றி உறங்கினர்.

அதிகாலை சுமார் 2 மணி.

ஆதியா யாரோ தன்னை அழைப்பது போல் கேட்டாள்.

விழித்துக் கொண்டு சுற்றும் முற்றும் பார்த்தாள். காவேரி ஆழ்ந்து உறங்குவதைப் பார்த்தாள், மாயனும் தூங்கிக் கொண்டிருந்தான்.

அவளால் யாரையும் பார்க்க முடியவில்லை.

மீண்டும் உறங்கச் சென்றாள்.

ஆனால் இம்முறை குரல் அதிகமாகி அது சரயுவின் குரல் என்பதை உறுதிப்படுத்தியது.

ஆதியா வேகமாக எழுந்து அந்த திசையை நோக்கி நடக்க ஆரம்பித்தாள்.

“ஆதியா, தயவுசெய்து எனக்கு உதவு, இந்தச் சிறையிலிருந்து என்னை வெளியேற்று” என்று குரல் கேட்டது.

ஆதியா குழம்பினாள். இப்போது காட்டில் நடக்கும் அமானுஷ்ய செயல்களை அவள் நம்ப ஆரம்பித்திருந்தாள்.

அவள் எச்சரிக்கையாக இருந்தாள். உடனே மீண்டும் கூடாரத்திற்கு ஓடினாள்.

காவேரியைக் காக்க விரும்பினாள்.

காவேரி உறங்குவதைப் பார்த்த போது தான் அவள் நிம்மதி அடைந்தாள்.

தீ பந்தத்தை எடுத்து கொண்டு காவேரி அருகே அமர்ந்தாள் ஆதியா.

ஆனால் குரல் மிகவும் உக்கிரமானது, ஆதியாவால் பயத்தை எதிர்க்க முடியவில்லை.

மறுநாள் காலையில் காவேரியை வீட்டுக்கு அனுப்ப நினைத்தாள்.

ஆதியாவிற்கு ஒரு விசித்திரமான சத்தம் கேட்டது, யாரோ தன் அருகில் வருவது போல் உணர்ந்தாள்.

அவள் காவேரியின் கைகளை வலுவாகப் பிடித்து, ஆவிகள் வராமல் இருக்க மந்திரங்களை உச்சரிக்க ஆரம்பித்தாள்.

கண்களை இறுக மூடிக்கொண்டாள்.

தன் அருகில் இருந்த விசித்திரமான நபரை அவளால் உணர முடிந்தது.

அவள் இதயம் வேகமாக துடிக்க ஆரம்பித்தது.

அவள் கண்களைத் திறக்க விரும்பினாள், ஆனால் பயம் விடவில்லை.

விசித்திரமான நபர் அவள் தலையைத் தொடப் போகிறார் என்பது போல் தோன்றியது.

ஆதியா கண்களைத் திறந்தாள், ஆனால் அங்கு யாரும் இல்லை.

ஆதியா பயந்து போனாள், இரவு மிக நீண்டது என்றும் அதற்கு முடிவே இல்லை என்பது போல் உணர்ந்தாள்.

விசித்திரமான உணர்வும் சத்தமும் இரவு முழுவதும் தொடர்ந்தன.

ஆதியாவால் தூங்கவோ விழிப்புடன் இருக்கவோ முடியவில்லை.

அவள் மனமும் ஆன்மாவும் எதிரெதிர் நிலைகளில் செயல்படும் நிலையில் இருந்தாள்.

அவள் ஒவ்வொரு சந்தர்ப்பத்திலும் காவேரியின் கையைப் பிடித்து கொள்ள முயன்றாள், அவள் கையை இருக்க பற்றி கொள்வதை உறுதி செய்து கொண்டாள்.

களைப்பினால் கடைசியில் அவளை அறியாமலே உறங்கினாள்.

# 20

# அதிர்ச்சியான காலை

எப்படியோ அந்த நீண்ட இரவு ஒரு முடிவுக்கு வந்துவிட்டது.

ஆனால் காலையில் ஆதியாவிற்கு ஒரு பெரிய ஆச்சரியம் காத்திருந்தது.

சூரியன் பிரகாசிக்கத் தொடங்கியது.

ஆதியா தன் கண்ணில் சூரிய ஒளியின் வெப்பத்தை உணர்ந்தாள் ஆனால் அவளால் கண்களைத் திறக்க முடியவில்லை.

அவள் உடல் மிகவும் வலிப்பதை உணர்ந்தாள்.

அவள் மிகவும் சோர்வாக இருந்தாள், அவளுக்கு பல நாட்கள் ஓய்வு தேவைப்பட்டது.

ஆனால் திடீரென்று அவள் முந்தைய இரவின் விசித்திரமான நிகழ்வுகளை நினைவு கூர்ந்து கண்களைத் திறந்தாள்.

அவள் அதிர்ச்சியடைந்தாள்.

காவேரியை அவள் அருகில் காணவில்லை.

மாயனும் சுற்றிலும் காணப்படவில்லை.

ஆதியா குழப்பமடைந்தாள், அவள் கூடாரத்திற்கு விரைந்தாள்.

“அதியா? ஏன் இப்படி கவலைப்படுகிறாய்?” என்று கூடாரத்திற்குள் அமர்ந்திருந்த காவேரி கேட்டாள்.

காவேரியைப் பார்த்ததும் ஆதியாவுக்கு நிம்மதி ஏற்பட்டது.

"ஒன்றுமில்லை, நான் உன்னைத் தேடிக் கொண்டிருந்தேன்" என்றாள் ஆதியா.

காவேரி பதிலளித்தாள், "காலையில் குளிர்ச்சியாக இருந்ததால் நான் உள்ளே வந்தேன்”.

"நீ நன்றாக தூங்கினாயா?" என்று கேட்டாள் ஆதியா.

“ஆம்” என்றாள் காவேரி.

“ஆதியா, மாயனைப் பார்த்தாயா? காலையிலிருந்து அவரைக் காணவில்லை” என்றாள் காவேரி.

"நான் பார்க்கவில்லை"

“அவன் காட்டிற்கு விறகு சேகரிக்கச் சென்றிருப்பான்” என்றாள் ஆதியா.

ஆதியா கூடாரத்தை விட்டு வெளியே வந்தாள்.

மாயனின் கூடாரத்திற்கு அருகில் நிறைய விறகுகள் கிடப்பதை அவள் கண்டாள்.

அவள் மாயனின் கூடாரத்திற்குள் இதுவரை சென்றதில்லை.

கூடாரத்தின் அருகில் சென்றாள்.

சுற்றிலும் பொருட்கள் சிதறிக் கிடந்தன.

கூடாரத்தைப் பார்த்த ஆதியா சற்று பயந்தாள்.

கூடாரத்திற்குள் மண்டை ஓடுகள், எலும்புகள் போன்ற மர்மமான பொருட்கள் இருந்தன.

அது மிகவும் விசித்திரமாகத் தோன்றியது.

"மாயன், நீ இருக்கிறாயா?" என்றாள் ஆதியா.

அவளுக்கு எந்த பதிலும் வரவில்லை. அவள் அவனுடைய பெயரை மீண்டும் இரண்டு முறை அழைத்தாள், ஆனால் அங்கு ஒலித்தது மௌனம் மட்டுமே.

ஆதியா பெருமூச்சு விட்டாள்.

கூடாரத்திற்குள் நுழைந்து சுற்றும் முற்றும் பார்த்தாள்.

“மாயன்...” என்று அலறினாள் ஆதியா.

தன் கூடாரத்தில் இருந்த காவேரி ஆதியாவிடம் ஓடி வந்தாள்.

கூடாரத்தின் மூலையில் மாயன் இறந்து கிடப்பதைக் கண்டு காவேரி அதிர்ச்சியடைந்தாள்.

நண்பர்கள் இருவரும் பீதியில் உறைந்தனர்.

மாயன் ரத்த வெள்ளத்தில் இறந்து கிடந்தார்.

ஆதியா மாயன் அருகில் செல்ல முயன்றாள் ஆனால் காவேரி தடுத்தாள்.

காவேரி ஆதியாவை கூடாரத்திலிருந்து வெளியே இழுத்-தாள்.

“ஆதியா, வா வெளியே போகலாம்.”

“இந்த இடம் மிகவும் ஆபத்தாக மாறி விட்டது. இங்கு ஒரு கணம் கூட கழித்தால் உயிரிழக்க நேரிடும்”, என்று பயத்தில் நடுங்கினாள் காவேரி.

“ஆனால், சரயுவைக் கண்டுபிடிக்க வேண்டும்” என்றாள் ஆதியா.

“ஆதியா, கேள். சரயுவைக் கண்டுபிடிக்கலாம் ஆனால் நீயாவது உயிருடன் இருக்க வேண்டும் என்று நான் விரும்-புகிறேன்” என்றாள் காவேரி.

“ஆனால்,” ஆதியாவை காவேரி குறுக்கிட்டாள்.

“இது விவாதிக்கும் நேரம் இல்லை, சீக்கிரம் கிளம்ப-லாம்”, காவேரி விரைந்தாள்.

முந்தைய இரவு ஆதியாவும் அதையே நினைத்தாள்.

ஆதியாவும் காவேரியும் அவசர அவசரமாக பொருட்க-ளைக் கட்டினார்கள்.

எதை எடுத்துச் செல்வது என்று தெரியவில்லை.

இருவருக்குமே உலகமே நரகமாகி விட்டது போலிருந்தது.

# 21

# அவசரம்

ஆதியாவும் காவேரியும் ஓட ஆரம்பித்தனர்.

காட்டின் புற பகுதிக்கு செல்லும் பாதையும் அவர்களுக்குத் தெரியவில்லை.

"நாம் எந்த திசையில் செல்ல வேண்டும்?" என்று கேட்டாள் ஆதியா.

"எனக்குத் தெரியாது, ஒரே திசையில் செல்வோம், வா."

"இந்த காட்டிற்கு ஒரு முடிவு இருக்க வேண்டும்."

“நமக்கு நேரமில்லை சீக்கிரம் வா” என்றாள் காவேரி.

செங்குத்தான சரிவுகளிலும் அடர்ந்த காடுகளிலும் ஓடிக்கொண்டிருந்தார்கள்.

யாரோ பின்னால் இருந்து துரத்துவது போல் உணர்ந்தார்கள்.

அவர்கள் மிகவும் சோர்வாக இருந்தனர், மிகவும் கனமாக சுவாசித்தார்கள்.

ஆனால் பயத்தின் காரணமாக அவர்களால் நிறுத்த முடியவில்லை.

திடீரென ஆதியா தவறி கீழே விழுந்தாள்.

அவளது காலில் பலத்த காயம் ஏற்பட்டு ரத்தம் கொட்டியது.

காவேரி ஆதியாவை அருகில் கிடந்த மரக்கட்டையில் உட்கார வைத்தாள்.

காவேரி தன் பையில் இருந்த முதலுதவி பெட்டியை எடுத்து அவள் காயத்திற்கு மருந்திட்டாள்.

"வலிக்கிறதா?" என்று காவேரி கேட்டாள்.

ஆதியா வலியில் முணுமுணுத்துக் கொண்டிருந்தாள்.

“ஆம் காவேரி, ரொம்ப வலிக்குது”, என்றாள் ஆதியா.

“கவலைப்படாதே ஆதியா. கொஞ்ச நேரம் பொறுத்துக்-கொள்”

"நாம் புற பகுதிக்கு வந்து விட்டோம் என நினைக்கிறன்."

“மரங்களின் அடர்த்தி குறைந்துவிட்டது பார்” என்றாள் காவேரி.

"ஆனால் இந்த இடம் முற்றிலும் அறிமுகமில்லாததாக தோன்றுகிறது."

"நாம் இந்த வழியில் காட்டுக்குள் நுழையவில்லை," என ஆதியா கூறினாள்.

"அது சரி, ஆனால் ஒரு காட்டிற்கு பல நுழைவாயில்கள் மற்றும் வெளியேறல்கள் இருக்கும், கவலைப்பட வேண்-டாம்." என்றாள்

காவேரி.

“முதலில் வெளியேறி, பிறகு நம் ஊருக்குப் போகும் வழியைக் கண்டுபிடிப்போம்.”

"காவேரி, உன்னிடம் தண்ணீர் இருக்கிறதா?" என்று கேட்டாள் ஆதியா.

காவேரி தன் பையை தேடிப்பார்த்தும் பாட்டில் இல்லை.

“அட கூடாரத்துல விட்டுட்டேன்” என்றாள் காவேரி.

“நானும் அவசரத்தில் மறந்துவிட்டேன்” என்றாள் ஆதியா.

காவேரி ஆதியாவை கண்டு வருத்தப்பட்டாள்.

ஆதியா வலியால் அலறினாள்.

“ஆதியா, நீ இதே இடத்தில் இரு. நான் உனக்கு தண்-ணீர் எடுத்து வருகிறேன்” என்றாள் காவேரி.

"இல்லை, தனியாகப் போகாதே, எப்போதும் ஒன்றாக இருப்போம்."

"இந்த இடம் மிகவும் ஆபத்தானது" என்றாள் ஆதியா.

“கவலைப்படாதே ஆதியா, அருகில் ஏதாவது நீரூற்று இருக்கிறதா என நான் போய்ப் பார்க்கிறேன்.”

"ஒருவேளை கண்டுபிடிக்கவில்லை என்றால், நான் திரும்பி வந்து விடுவேன்" என்றாள்.

ஆதியா ஏதோ தவறு இருப்பதாக உணர்ந்தாள்.

காவேரியை தனியாக விட அவள் விரும்பவில்லை.

அவள் எழுந்து நிற்க முயன்றாள் ஆனால் அவளால் கால்களை அசைக்க முடியவில்லை.

“கொஞ்சம் உட்காரு ஆதியா. இன்னும் 5 நிமிஷத்துல வந்துடுவேன்” என்றாள் காவேரி.

காவேரி தண்ணீரைத் தேடி ஆதியாவை விட்டு சென்றாள்.

# 22

# ஒரு வலிமிகுந்த காத்திருப்பு

காவேரியின் உருவம் மறையும் வரை காவேரியையே பார்த்துக் கொண்டிருந்தாள் ஆதியா.

ஒவ்வொரு நொடியும் மெதுவாக நகர்வதை ஆதியா உணர்ந்தாள்.

வலி அவளைத் தாக்குவதை அவள் உணர்ந்தாள், மறுபுறம் துக்கம் மெதுவாக அவளைக் கொன்றது.

காவேரி பத்திரமாகத் திரும்ப வேண்டும் என்று வேண்டிக் கொண்டிருந்தாள்.

காடு விசித்திரமாகத் தெரிந்தது.

காட்டு விலங்குகள் மற்றும் பறவைகள் கத்துவதை அவள் கேட்டாள், ஆனால் அவள் அதைக் காணவில்லை.

அவளின் பயம் மேலும் அதிகரிப்பதை உணர்ந்தாள்.

அவள் அமர்ந்திருந்த மரத்தின் கட்டை ஆயிரம் ஆண்டுகள் பழமையானது போல் இருந்தது.

அது மிகவும் வலிமையாகவும் பிரம்மாண்டமாகவும் இருந்தது.

ஆதியா அவளை அந்த மரத்துடன் தொடர்புபடுத்தினாள். தன் வலிமையும் தைரியமும் அந்த மரத்தைப் போலவே கீழே விழுந்து கிடந்ததை உணர்ந்தாள்.

அவளால் உணர்ச்சிகளைக் கட்டுப்படுத்த முடியவில்லை. அவளுடைய உடல் வலியை விட மன வலியே அதிகமாக இருந்தது.

அவள் அந்த இடத்தையேப் பார்த்துக் கொண்டிருந்தாள்.

வானம் இருள் நிறைந்த மேகக்கூட்டங்கள் மூலம் மறைக்க பட்டது.

காவேரி சென்று ஐந்து நிமிடங்கள் கடந்தும் அவள் இன்னும் திரும்பவில்லை.

ஆதியா சுயநினைவை இழந்தாள்.

அவளது தாகம் அதிகமாகி கண்கள் மெல்ல மூடிக் கொண்டிருந்தன.

அவள் மயக்கமடைந்தாள்.

பலத்த மழை பெய்யத் தொடங்கியது.

நிலத்தின் ஈரத்தையும், முகத்தில் மழைத்துளிகள் சொட்டுவதையும் ஆதியா உணர்ந்தாள்.

மாலையாகியும் காவேரி திரும்பி வரவில்லை என்பதை திடீரென்று உணர்ந்தாள்.

ஆதியா ஏதோ தவறு இருப்பதாக உணர்ந்தாள்.

காவேரி ஆபத்தில் இருப்பதை உணர்ந்தாள்.

எப்படியோ எழுந்து நின்றாள்.

அது வேதனையாக இருந்தாலும் அவள் தன் தோழியை கண்டுபிடிக்க விரும்பினாள்.

அவள் தரையில் மெதுவாக இழுத்து இழுத்து காவேரி சென்ற திசையில் நடக்க ஆரம்பித்தாள்.

இருள் அதிகரித்து வருவதை ஆதியா உணர்ந்தாள்.

தன் வாழ்நாளில் இந்த தனிமையை அவள் உணர்ந்ததே இல்லை.

விசித்திரமான எண்ணங்கள் அவள் மனதை ஆட்கொள்ள ஆரம்பித்தன.

அவளுடைய நம்பிக்கைகள் குறைந்து, தோல்வி பயம் மற்றும் துக்கம் மேலும் தீவிரமடையத் தொடங்கியது.

தன் சுயநலத்துக்காக தன் இரு தோழிகளை இழந்து விட்டதாக எண்ணிய ஆதியா மிகவும் குற்ற உணர்வுடன்

நடந்தாள்.

சிறிது நேரம் நடந்து கொண்டே காவேரியை அழைத்தாள்.

ஆனால் பதில் கூறியது மௌனம் மட்டுமே.

சாப்பிடாமலும் தண்ணீர் குடிக்காமலும் ஆத்யா சோர்வாக இருந்தாள்.

வலியும் வேதனையும் அவளை முன்னேற விடவில்லை.

ஆதியா இறுதியாக ஒரு சிறிய ஊற்றை கண்டுபிடித்தாள்.

காவேரியைத காண போவதை எண்ணி உற்சாகத்துடன் ஓடினாள்.

ஆனால் காவேரி எங்கும் இல்லை.

ஆதியா யோசிக்க ஆரம்பித்தாள், “இதுதான் அருகில் இருக்கும் நீரூற்று, காவேரியை இங்கு காணவில்லை என்றால், அவள் எங்கே இருப்பாள்?”

வானம் மட்டுமின்றி ஆதியாவின் மனதிலும் இருள் சூழ்ந்து கொண்டிருந்தது.

திடீரென்று ஆதியாவுக்கு ஒரு யோசனை வந்தது.

மனதில் வலியுடன் அந்த இடத்தை நோக்கி நடந்தாள்.

# 23

# பேரதிர்ச்சி

ஆதியா வெகுநேரம் நடந்து கடைசியில் தான் நினைத்த இடத்தை அடைந்தாள்.

அது வைரவர்த்தினியின் கோவில்.

ஆனால் கோவிலின் முதல் பார்வையே அவளுடைய நம்பிக்கையை அழித்துவிட்டது.

கோவில் சிதிலமடைந்த நிலையில் இருந்தது.

முந்தைய நாள் மிகவும் அழகாக இருந்த ஒரு கோவில் எப்படி சில மணி நேரத்தில் சிதிலமடைந்து இருக்கும் என அதிர்ச்சியடைந்தாள்.

ஆதியா குழம்பினாள்.

சுற்றும் முற்றும் பார்த்துவிட்டு நேற்று தான் வந்த இடம் இது தானா என்பதை உறுதி செய்தாள்.

ஆதியா கோவில் அருகே சென்றாள்.

கோயிலின் சுவர்கள் மிகவும் சேதமடைந்து இருந்தன.

கோயிலுக்குள் இருக்கும் தெய்வ விக்கிரகம் பளபளப்புடன் இல்லை .

அது வெறும் கல்லால் செய்யப்பட்ட சிலை போல் இருந்தது.

முந்தின நாள் வழிபட்டுக் கொண்டிருந்த முனிவரைக் காண அவள் கோயிலைச் சுற்றி வந்தாள். ஆனால் மனிதர்கள் இருப்பதற்கான எந்த அறிகுறியும் இல்லை.

ஆதியாவால் தன் கண்களை நம்ப முடியவில்லை.

அவளுடைய மூளை மிகவும் குழப்பமடைந்தது.

அவள் எல்லா நம்பிக்கைகளையும் இழந்தாள்.

கோவிலுக்குள் சென்று தெய்வத்தின் முன் நின்றாள்.

அவள் அழுது தெய்வத்திடம் மன்றாட ஆரம்பித்தாள்.

"தயவுசெய்து என்னை மன்னியுங்கள்."

"நான் ஒரு பெரிய தவறு செய்துவிட்டேன்."

"நான் தான் இந்த தவறைச் செய்தேன், ஆனால் நீங்கள் ஏன் என் நண்பர்களை என்னிடமிருந்து பறித்தீர்கள்?"

"அவர்களைச் சுற்றி என்ன நடக்கிறது என்பது அவர்களுக்குத் தெரியாது."

"தயவுசெய்து என்னை அழைத்துச் கொண்டு என் நண்பர்களை விட்டு விடுங்கள்."

“ப்ளீஸ்....ப்ளீஸ்...” என கெஞ்சினாள் ஆதியா.

அருகில் இருந்த சுவரில் தலையை மோதி அழுதாள்.

சிறிது நேரத்தில் அவள் மயங்கி விழுந்தாள்.

# 24

# வலி

ஆதியா சுயநினைவை அடைந்து கொண்டிருந்தாள்.

அவள் காயத்தின் வலியை மிகவும் ஆழமாக உணர்ந்தாள்.

அவள் கண்களைத் திறக்க விரும்பினாள், ஆனால் முடியவில்லை.

அவள் மிகவும் தாகமாக உணர்ந்தாள்.

அவள் மெல்லிய குரலில் தண்ணீர் கேட்டாள்.

"தண்ணீர்...தண்ணீர்...எனக்கு சிறிது தண்ணீர் கிடைக்குமா", என்றாள் ஆதியா.

ஆதியாவால் அவள் எங்கே படுத்திருக்கிறாள் என்று யூகிக்க முடியவில்லை.

ஆனால் உணவு சமைக்கும் நறுமணத்தை அவளால் உணர முடிந்தது.

ஆதியா அது தன் கனவு என்று நினைத்தாள்.

நிஜத்தையும் கனவையும் அவளால் வேறுபடுத்திப் பார்க்க முடியவில்லை.

திடீரென்று அவள் வாயைச் சுற்றி ஈரமாக இருப்பதை உணர்ந்தாள்.

யாரோ அவள் வாயில் தண்ணீரை ஊற்றினார்கள்.

தண்ணீர் ஒரு மந்திர பானம் போல் உணர்ந்தாள்.

தண்ணீரைக் குடித்ததன் மூலம் தன் ஆன்மா திருப்தி அடைவதை உணர்ந்தாள் ஆதியா.

தண்ணீர் கொடுத்தவரைப் பார்த்து நன்றி சொல்ல விரும்பினாள்.

அவள் மனதில் எண்ணங்கள் ஓடிக்கொண்டிருந்தன.

அவள் இறந்தது சொர்க்கத்தில் இருப்பது போன்ற சில வித்தியாசமான எண்ணங்களை ஓடி கொண்டிருந்தன, ஆனால் இறந்த பிறகு எப்படி வலியை உணர முடியும் என்பதையும் உணர்ந்தாள்.

தன்னை யாரோ தன் வீட்டிற்கு அழைத்துச் சென்றதை ஒருவாறாக அறிந்தாள்.

அடுத்த கணம் வைரவர்த்தினி தேவி தன்னைப் பிணைக் கைதியாகப் பிடித்துவிட்டாள் என்று நினைத்தாள்.

அவளால் ஒரு முடிவுக்கு வரமுடியவில்லை.

அவளது வலி வேகமாக அதிகரித்தது.

அவளது காயத்தை யாரோ கடுமையாக அழுத்துவது போல் உணர்ந்தாள்.

ஆதியா அலறியடித்து மீண்டும் மயக்கமடைந்தாள்.

# 25

# ஒரு விசித்திரமான இடம்

ஆதியா மீண்டும் சுயநினைவுக்கு வந்திருந்தாள்.

ஆனால் இந்த முறை அவளது காயம் அவ்வளவு வேதனையாக இல்லை.

மெல்ல கண்களைத் திறந்தாள்.

அவள் கண்ணுக்குத் தெரிந்தது மேலே தொங்கிய மங்கலான விளக்கும் அதற்கு மேல் இருந்த ஓலைக் கூரையும்.

ஆதியா தன் உடலை மெதுவாக நகர்த்த முயன்றாள்.

அவள் சுற்றும் முற்றும் பார்த்தாள், சற்றுத் தொலைவில் ஒரு வயதான பெண் அமர்ந்திருந்தாள்.

ஆதியா ஒரேயடியாக அதிர்ந்தாள்.

அவள் குழப்பத்தில் ஆழ்ந்தாள்.

அவள் மெதுவாக எழுந்தாள்.

அந்த மூதாட்டி சிரித்த முகத்துடன் அவளை நோக்கி வந்தாள்.

"இப்போது எப்படி உணர்கிறாய்?" என்று மூதாட்டி கேட்டார்.

ஆதியா காலில் ஏற்பட்ட காயத்தைப் பார்த்தாள்.

அதில் இடப்பட்டிருந்த மருந்து அவளது வலியை குறைத்தது.

“இப்போது நன்றாக உணர்கிறேன்” என்றாள் ஆதியா.

“வா, உணவு அருந்தலாம்” என்றாள் மூதாட்டி.

இதெல்லாம் கனவா அல்லது நனவா என்று ஆதியாவுக்குத் தெரியவில்லை.

அவள் காட்டில் தோழிகளை மர்மமான வழியில் இழந்தாள்.

இந்த மர்ம வலையில் இந்த மூதாட்டியும் ஒரு பகுதியாக இருந்தால் என்ன செய்வது என்று நினைத்தாள்.

"ஆனால்... நீங்கள் என்னை எங்கே கண்டுபிடித்தீர்கள்?"

"நான் இப்போது எங்கே இருக்கிறேன்?"

"நீங்கள் யார்?"

“நீங்களும் இந்த வைர மலைக் காட்டில் தான் வசிக்கிறீர்களா?” என எதற்கும் பதில் சொல்ல அந்த மூதாட்டிக்கு இடம் கொடுக்காமல் கேள்வி கேட்க ஆரம்பித்தாள் ஆதியா.

மூதாட்டி சிரித்துக்கொண்டே ஆதியாவிடம், “நீ அதிக ஆர்வமுள்ள புத்திசாலி இளம் பெண்” என்று சொன்னாள்.

"முதலில் கொஞ்சம் சாப்பிடு, நான் உனக்கு எல்லாவற்றையும் விளக்குகிறேன்."

ஆதியாவுக்கு உணவு சாப்பிட தயக்கம் இருந்தது.

"இல்லை, எனக்கு பதில் வேண்டும்", என்றாள் ஆதியா.

மூதாட்டி ஆதியாவின் கையைப் பிடித்து உட்கார வைத்தாள்.

"நான் நிச்சயமாக உனக்கு பதிலளிப்பேன்."

"ஆனால் முதலில் இந்த உணவை உண்ணு, நீ மிகவும் சோர்வாகவும் குழப்பமாகவும் இருப்பதாக தெரிகிறது."

"நீ நிச்சயம் பாதுகாப்பாக இருக்கிறாய் என்று நான் உனக்குச் சொல்ல முடியும்," என்று வயதான பெண்மணி கூறினார்.

ஆதியா சிறிது நேரம் அந்த பெண்ணையே பார்த்துக் கொண்டிருந்தாள்.

அந்த மூதாட்டியின் புன்னகையில் அத்தனை அரவணைப்பும் அன்பும் இருந்தது.

ஆதியா ஒரு வார்த்தை கூட பேசவில்லை.

மூதாட்டி கொடுத்த உணவை சாப்பிட ஆரம்பித்தாள்.

# 26

# புது விளக்கங்கள்

ஆதியா சாப்பாடு சாப்பிட்டுவிட்டு வீட்டின் பின்புறத்தில் அமர்ந்தாள்.

அந்த இடம் மிகவும் பரிச்சயமற்றதாகத் தோன்றியது.

வைரமலைக் காட்டில் பார்த்த மலைகளையும் காடுகளையும் அவள் பார்க்கவில்லை.

அவள் முற்றிலும் குழப்பமடைந்தாள்.

தன்னைச் சுற்றி என்ன நடக்கிறது என்று அவளுக்குத் தெரியவில்லை.

அவள் எல்லாவற்றையும் கனவாக உணர்ந்தாள் ஆனால் அவளுடைய வலிகள் அவை நிஜங்கள் என்பதை அவளுக்கு நினைவூட்டியது.

ஆதியா தன் மனதின் கட்டுப்பாட்டை இழந்து விட்டாள்.

விஷயங்களை புரிந்து கொள்வது அவளுக்கு கடினமாக இருந்தது.

தான் மனநோயாளியாக மாறி விடுவோமா என்ற பயமும் வளர ஆரம்பித்தது.

அவள் மனதில் கோடிக்கணக்கான எண்ணங்கள் ஓடிக்கொண்டிருந்தன.

மனதை அமைதிப்படுத்த முயன்றாலும், எதுவும் பலனளிக்கவில்லை.

அவள் கன்னங்களில் கண்ணீர் வழிந்தது.

அந்த கண்ணீர் துளிகள் ஆழமான மனச்சோர்வுகளையும் வலிகளையும் சுமந்தது வந்தது.

“இப்போது நலமா?” என்று வயதான பெண்மணி கேட்-டாள்.

ஆதியா பெருமூச்சு விட்டு மூதாட்டியைப் பார்த்தாள்.

அவர் மெல்லிய புன்னகையுடன் இருந்தார்.

"இல்லை, இப்போதைக்கு நன்றாக உணர எதுவும் இல்லை," என ஆதியா பதிலளித்தாள்.

மூதாட்டி சில நொடிகள் அமைதியாக இருந்தாள்.

அவர் ஆதியாவின் அருகில் அமர்ந்தார்.

"உன் பெயரை நான் அறியலாமா?" என்று மூதாட்டி கேட்டார்.

“ஆதியா” என்று பதிலளித்தாள் ஆதியா.

"நீ மிகவும் மனச்சோர்வடைந்துள்ளது போல் தெரிகிறது?"

"அதை என்னுடன் பகிர்ந்து கொள்ள விரும்புகிறாயா?" என்றார் மூதாட்டி.

ஆதியா சில நொடிகள் அமைதியாக இருந்தாள்.

"நான் இப்போது எங்கே இருக்கிறேன் என தெரிந்து கொள்ளலாமா?"

"என்னை எங்கே கண்டுபிடித்தீர்கள்?" என்று கேட்டாள் ஆதியா.

“நிச்சயமாக,”

"என் வீட்டிலிருந்து சற்று தொலைவில் நேற்று உன்னைக் கண்டேன்."

"நீ மயக்கத்தில் படுத்து கிடந்தாய்."

"நான் உன்னை என் வீட்டிற்கு அழைத்துச் வந்தேன்," என்று வயதான பெண்மணி கூறினார்.

அதிர்ந்தாள் ஆதியா.

"இது வைரமலையா?" என்று ஆர்வமாக கேட்டாள் ஆதியா.

"இல்லை ஆதியா."

"இது வைரமலை அல்ல."

"நான் அந்த இடத்தைப் பற்றி இதுவரை கேள்விப்பட்டதே இல்லை," என்று அந்த வயதான பெண்மணி கூறினார்.

ஆதியா உடைந்து போனாள்.

"தயவுசெய்து பொய் சொல்லாதீர்கள்."

"நான் மனதளவில் பாதிக்கப்பட்டுள்ளேன்."

"தயவுசெய்து என்னை மேலும் நோய்வாய்ப்படுத்த வேண்டாம்," என ஆதியா வயதான பெண்ணிடம் கெஞ்சினாள்.

மூதாட்டி சிரித்தாள்.

"நான் ஏன் பொய் சொல்லப் போகிறேன்?"

"நீ குழப்பத்தில் இருக்கிறாய் என நினைக்கிறேன்."

"உனக்கு ஆட்சேபனை இல்லை என்றால், உன் மனதில் ஓடுவதைப் பகிர்ந்து கொள்" என்றாள் வயதான பெண்மணி.

ஆதியா வைரமலைக்கு வந்த நாள் முதல் நடந்த சம்பவங்களை பகிர்ந்து கொண்டாள்.

மூதாட்டி ஆதியாவை கவனமாகக் கேட்டாள்.

ஆதியா தனது நண்பர்கள் மர்மமாக காணாமல் போனதைப் பற்றி விளக்கும்போது கண்ணீர் விட்டு அழுதாள்.

மூதாட்டி ஆதியாவை சமாதானப்படுத்த முயன்றாள்.

ஆனால் ஆதியா மிகவும் பாதிக்கப்பட்டிருந்தாள், அவள் மிகவும் கடுமையாக அழ விரும்பினாள்.

மூதாட்டி ஆதியாவை தனியாக விட்டுவிட்டு உள்ளே சென்றார்.

# 27

# மர்மங்கள் அதிகரிக்கின்றன

ஒரு மணி நேரம் கழித்து, வயதான பெண் திரும்பி வந்தார்.

அதற்குள் ஆதியா தூங்கிவிட்டாள்.

அவர் ஆதியாவின் அருகில் அமர்ந்து அவளுக்காக வருத்தப்பட்டாள்.

ஆதியா எழுந்தாள்.

இப்போது சற்று நிம்மதியாக உணர்ந்தாள்.

வயதான பெண்மணி நம்பக்கூடிய ஒரு நபராக இருக்க முடியும் என்று அவள் உணர்ந்தாள்.

மூதாட்டி ஆதியாவிடம் பேச ஆரம்பித்தாள்.

"ஆதியா, உன் வலியையும் வருத்தத்தையும் என்னால் புரிந்து கொள்ள முடிகிறது".

"தனிமை எவ்வளவு வேதனையானது என்பதை நான் அறிவேன்."

"நான் 30 ஆண்டுகளாக இங்கு வசிக்கிறேன்."

"ஆனால் நீ என்னிடம் கூறியது போன்ற எதையும் நான் கேட்டதில்லை."

"இது மிகவும் விசித்திரமாக தெரிகிறது."

"கவலைப்படாதே ஆதியா, உன் நண்பர்களைக் கண்டு-பிடிக்க நான் உனக்கு உதவுவேன்."

"இப்போதைக்கு, இந்த கோப்பை தேநீர் குடித்துவிட்டு சற்று ஓய்வு எடு."

"அதைப் பற்றி பின்னர் பேசுவோம்."

ஆதியா சற்று நிம்மதி அடைந்தாள்.

அவருடைய வார்த்தைகள் மிகவும் ஆறுதலாக இருந்தன.

மாலையில் சந்திரன் வந்துவிட்டது.

ஆதியா சந்திரனை சிறிது நேரம் பார்த்துவிட்டு உள்ளே சென்றாள்.

வீடு சிறியதாக இருந்தாலும், நேர்த்தியாக இருந்தது.

அது இதமாகவும் வசதியாகவும் இருந்தது.

ஆதியா அந்த இடத்தை அமைதி சூழ்ந்துள்ளதை கண்-டாள்.

அவள் வீட்டைச் சுற்றி சிறிது நேரம் சுற்றித் திரிந்தாள், பலவிதமான கலைப்பொருட்கள் சேகரிக்கப்பட்டு, வீடு முழு-வதும் சரியான இடங்களில் வைக்க பட்டிருந்தது.

வீட்டின் மூலையில் ஒரு சிறிய கூடு இருந்தது.

ஆதியாவிற்கு பறவைகளின் சத்தம் கேட்டது.

அவள் கூட்டை நெருங்கினாள், அதனை பார்க்க முயன்றாள்.

"இல்லை ஆதியா, அங்கே போகாதே" என்று மூதாட்டி தடுத்து நிறுத்தினாள்.

ஆதியா குழம்பினாள்.

"நீ இந்த வீட்டிற்கு புதியவர் என்பதால் அவை உன்னை கண்டு அஞ்ச வாய்ப்புண்டு."

"இத்தனை ஆண்டுகளாக எனக்கு விருந்தினர்கள் யாரும் இல்லை," என்று வயதான பெண்மணி மென்மை-யான புன்னகையுடன் கூறினார்.

ஆதியா சிரித்துக் கொண்டே திரும்பி வந்தாள்.

மூதாட்டி ஆதியாவுக்கு ஒரு படுக்கையை உருவாக்கி அவளை தூங்கச் சொன்னாள்.

ஆதியா படுத்துக்கொண்டாள்.

அவளால் நன்றாக தூங்க முடியவில்லை.

இரவு முழுவதும் பறவைகளின் சத்தம் கேட்டது.

பறவைகள் பகலில் சத்தம் போடும் ஆனால் ஏன் இந்த பறவைகள் இரவு முழுவதும் ஒரே ஒலியே எழுப்புகின்றன என ஆதியா நினைக்க ஆரம்பித்தாள்.

ஒலிகள் திரும்பத் திரும்ப வருவதையும் அவள் கண்டாள்.

ஆதியா விசித்திரமாக உணர்ந்தாள், எல்லா நேரங்களிலும் விழிப்புடன் இருப்பதை உறுதி செய்தாள்.

இரவு நீண்டு கொண்டே சென்றது, ஆதியா அதிகாலையில் தூங்கினாள்.

# 28

# புதிய காலை

சூரியன் பிரகாசமாக ஜொலித்தது, வானம் நீலமாக பறந்து விரிந்து படர்ந்திருந்தது.

காலையின் அழகு என்பது ஆதியா எப்போதும் ரசிக்கும் ஒன்று.

ஆதியா தூங்கிய பிறகு சற்று புத்துணர்ச்சியாக உணர்ந்தாள்.

அந்த வயதான பெண்மணி ஒரு கோப்பை தேநீருடன் அறைக்குள் நுழைந்தார்.

அவரது புன்னகையில் ஏதோ ஒரு காந்த சக்தி இருந்தது.

" நன்றாக தூங்கினாயா?" என்று கேட்டார்.

" நான் நன்றாக தூங்கினேன்."

"உங்கள் அன்பிற்கும் தங்குமிடத்திற்கும் நன்றி" என்று ஆதியா கூறினாள்.

"மகிழ்ச்சி, தயவுசெய்து நிம்மதியாகவும் வசதியாகவும் இரு, இது உன் வீடு" என்று வயதான பெண்மணி கூறினார்.

ஆதியா சிரித்துக்கொண்டே தேநீர் அருந்தினாள்.

மூதாட்டி ஆதியாவை வெளியே அழைத்துச் செல்வதாகச் சொன்னாள்.

ஆதியாவும் மூதாட்டியும் அழகான புல்வெளி வழியாக நடந்தார்கள்.

அது ஒரு அற்புதமான இடமாக இருந்தது.

அந்த வயதான பெண்மணியின் வீடு ஒரு சிறிய பள்ளத்-தாக்குக்கு மத்தியில் அமைந்திருந்தது.

மரங்கள் பல்வேறு வண்ணங்களில் ஆன அழகான மலர்-களால் மூடப்பட்டிருந்தன.

பூக்கள் செயற்கையாகத் தோற்றமளிக்கும் அளவுக்கு அழகாக இருந்தது.

பாதையின் இருபுறமும் சிறிய புதர்கள் இருந்தன.

மென்மையான காற்றும், மண்ணின் மணமும் மிகவும் மகிழ்வாக இருந்தது.

ஆதியாவால் கண்களை விலக்க முடியவில்லை.

அதன் அழகில் மயங்கி சிறிது நேரம் தன் வலியை மறந்-திருந்தாள்

அருகில் வேறு குடியிருப்புகள் இல்லாததை ஆதியா கவனித்தாள்.

"நீங்கள் ஏன் தனியாக வாழ்கிறீர்கள்?" என்று கேட்டாள் ஆதியா.

"நான் தனியாக வாழவில்லை, இந்த அழகான இடத்தின் ஒரு பகுதியாக இருக்கிறேன்."

"என்னைச் சுற்றியுள்ள மரங்களையும் செடிகளையும் வெறும் பொருளாக நான் பார்க்கவில்லை."

"நான் அவர்களை எனது சொந்த நண்பர்கள் மற்றும் குடும்பமாக கருதுகிறேன்."

"என்னைச் சுற்றியுள்ள அமைதிக்காக நான் வருத்தப்ப-டவில்லை, அதற்கு பதிலாக நான் அவற்றை கொண்டாடு-கிறேன்," என்று வயதான பெண்மணி கூறினார்.

ஆதியா இதனை விசித்திரமாக உணர்ந்தாள், இதுவரை இப்படி போன்ற ஒருவரை அவள் பார்த்ததில்லை.

சுமார் ஒரு மைல் தூரம் நடந்தார்கள்.

"நீங்கள் பொருட்களை எங்கே வாங்குகிறீர்கள்?" என்று கேட்டாள் ஆதியா.

"அருகில் ஒரு சிறிய சந்தை உள்ளது, அங்கு அனைத்து அத்தியாவசிய பொருட்களும் கிடைக்கும்."

"நான் எப்போதாவது அங்கு செல்வேன்," என்று வயதான பெண்மணி கூறினார்.

"என்னை அங்கு அழைத்துச் செல்ல முடியுமா?" என்று கேட்டாள் ஆதியா.

"நிச்சயமாக, ஆனால் இன்று இல்லை," என வயதான பெண்மணி கூறினார்.

ஆதியா தலையை ஆட்டினாள்.

"ஆதியா, நீ முந்தைய நாள் வைரமலைக் காடு பற்றிப் பேசிக் கொண்டிருந்தாய்".

"அது உண்மையா?"

"நான் உன்னை காயப்படுத்த விரும்பவில்லை."

"ஆனால் இவை அனைத்தும் உண்மையா என்பதை அறிய விரும்பினேன், ஏனென்றால் நான் ஆவிகள் மற்றும் அமானுஷ்ய விஷயங்களை நம்பவில்லை"

"நீ இப்பொது பார்க்கிறபடி, நான் பல ஆண்டுகளாக இங்கு தனியாக வசிக்கிறேன்," என்று வயதான பெண் கூறினார்.

ஆதியா ஒரு கணம் நின்றாள்.

"நீங்கள் சொல்வது சரிதான்."

"இது எனக்கு நடக்கும் வரை இந்த அமானுஷ்ய விஷயங்களை நான் நம்பவில்லை."

"நான் ஒரு பத்திரிகையாளர், நான் கேட்பதை விட கண்களால் பார்ப்பதை எப்போதும் நம்புகிறவள்."

"நான் பல பேய் கதைகளைக் கேட்டிருக்கிறேன், அவற்றை ஒருபோதும் நம்பவில்லை."

"ஆனால் இது வித்தியாசமான ஒன்று."

"உங்களைப் போன்றவர்கள் இந்தக் கதைகளை நம்புவது கடினம் என்பதை என்னால் புரிந்து கொள்ள முடிகிறது," என்றாள் ஆதியா.

மூதாட்டி அமைதியாக இருந்தாள்.

அவர்கள் மீண்டும் நடக்கத் தொடங்கினர்.

"உன் அடுத்த திட்டம் என்ன?" என்று மூதாட்டி கேட்டார்.

"நான் இன்று கிளம்புகிறேன்" என்றாள் ஆதியா.

மூதாட்டி அதிர்ச்சியடைந்தார்.

"என்ன?"

"ஆனால் நீ எங்கு செல்வாய்?"

"இந்த இடம் உனக்கு மிகவும் புதியது."

"மேலும், வைரமலை பற்றி நான் கேள்விப்பட்டதே இல்லை."

"இது சரியான முடிவு அல்ல."

"நீ உன் மனதை மாற்றி கொள்ள வேண்டும் என நான் நினைக்கிறேன்," என்று வயதான பெண்மணி கூறினார்.

"இல்லை, நான் உறுதியாக இருக்கிறேன்."

"ஒவ்வொரு நிமிடமும் இங்கு தங்குவது எனது நண்பர்களுக்கு ஆபத்தானது."

"நான் எப்படியாவது அவர்களைக் கண்டுபிடிக்க வேண்டும்."

"சரியான நேரம் வரும் வரை நான் இங்கே தங்கினால், நான் எப்போதும் இங்கேயே தான் இருப்பேன்."

"நான் என் மனசாட்சியை நம்புகிறேன்."

"நான் நிச்சயமாக அவர்களைக் கண்டுபிடிப்பேன் என்று அது கூறுகிறது," என்று ஆதியா கூறினாள்.

"ஆனால் நீ எங்கு செல்வாய்?" என்று மூதாட்டி கேட்டார்.

"எனக்குத் தெரியாது."

"ஆனால் நான் செல்ல வேண்டும் என்று எனக்குத் தெரியும்."

"மற்றது தானே நடக்கும்," என ஆதியா உறுதியுடன் கூறினாள்.

"இது கேட்க நன்றாக தான் இருக்கிறது, ஆனால் நடைமுறையில் ஆபத்தானது" என்று வயதான பெண்மணி கூறினார்.

"எனக்குத் தெரியும்."

"ஆனால் எனக்கு வேறு வழிகள் இல்லை."

"நான் எதையும் எதிர்கொள்ளத் தயார்" என்றாள் ஆதியா.

ஆதியாவின் வீரத்தைக் கண்டு மூதாட்டி வியந்தாள்.

இருவரும் தொடர்ந்து தங்கள் வீட்டை நோக்கி நடந்தனர்.

# 29

# ஒரு புதிய பயணம்

ஆதியா தன் தோழிகளைத் தேடிச் செல்ல ஆயத்தமானாள்.

வயதான பெண் ஆதியாவை சமாதானப்படுத்த முயன்றாள், ஆனால் அவருடைய முயற்சிகள் அனைத்தும் பயனற்றதாக மாறியது.

ஆதியாவை சில நாட்கள் தங்க வைக்க அவள் எவ்வளவோ முயன்றாள் ஆனால் ஆதியா அதற்கு மறுத்துவிட்டாள்.

ஆதியாவிற்கு எந்த திசையில் செல்வது என்று தெரியவில்லை, ஆனால் அவள் வெளியேற முடிவு செய்தாள்.

"நன்றி."

"நீங்கள் ஒரு அற்புதமான மனிதர், என்னை காப்பாற்றியவர்."

"நான் உங்களை ஒருபோதும் மறக்க மாட்டேன்," என ஆதியா கண்ணீருடன் சொன்னாள்.

மூதாட்டியும் உணர்ச்சிவசப்பட்டாள்.

"இல்லை ஆதியா, நீ நினைக்கும் அளவு நான் நல்லவள் இல்லை", என்றார்.

"நீங்கள் ஒரு சிறந்த மனிதர் மற்றும் வாழ்க்கையின் அனைத்து மகிழ்ச்சிக்கும் தகுதியானவர்", என்றாள் ஆதியா.

"உன் நண்பர்களை விரைவில் கண்டுபிடிக்க விரும்புகிறேன்."

"தயவுசெய்து என்னை மறந்துவிடாதே, உன் நண்பர்களுடன் இங்கு நிச்சயமாக வர வேண்டும்," என்று வயதான பெண்மணி கூறினார்.

"நிச்சயமாக," என ஆதியா பதிலளித்தாள்.

"ஆனால் நீ எங்கு செல்வாய்?" என்று மீண்டும் மூதாட்டி கேட்டாள்.

"எனக்குத் தெரியாது."

"ஆனால் நான் இப்போது செல்ல வேண்டும் என மட்டும் எனக்குத் தெரியும்," என ஆதியா சொன்னாள்.

வயதான பெண்மணி சிரித்துவிட்டு விடை கொடுத்தார்.

ஆதியா கால் சென்ற திசையில் நடக்க ஆரம்பித்தாள்.

அவளிடம் எந்த திட்டமும் இல்லை, ஆனால் அவள் நடந்தாள்.

அவள் காலடி சத்தங்கள் தவிர வேறு எந்த சத்தமும் அங்கு கேட்கவில்லை.

அவள் மெதுவாக நடந்து தன்னைச் சுற்றியிருந்த காட்டைப் பார்த்தாள்.

அதையே கவனித்தாள்.

பறவைகள் மற்றும் விலங்குகளின் அலறல் சத்தத்தை அவளால் கேட்க முடிந்தது, ஆனால் எதையும் பார்க்க முடியவில்லை.

காடு முடிவடையாதது போல் தோன்றியது.

ஆதியா சோர்வாக இருந்தாள்.

அவள் சிறிது நேரம் மரக்கட்டைகளில் ஓய்வெடுத்து, தொடர்ந்து நடந்தாள்.

அவள் நடந்தாள், நடந்தாள் ஆனால் காட்டிற்கு முடிவே இல்லை.

ஆதியா இப்போது பீதியடைந்தாள்.

அவள் ஒரு சுழலில் இருப்பதைப் போல உணர்ந்தாள், அதே இடம் மீண்டும் மீண்டும் திரும்பியது போல் தோன்றியது.

குழப்பமடைந்தாள்.

அவள் பதட்டமாக உணர ஆரம்பித்தாள்.

அவள் மனம் விசித்திரமான எண்ணங்களால் அலை-மோதியது.

அவள் ஒரு பரல்லேல் யூனிவெர்சில் (parallel universe) சிக்கிக் கொண்டதை போல் உணர்ந்தாள்.

அவளுடைய எண்ணங்கள் மிகவும் வலுவாக இருந்தன, ஒரு கட்டத்தில் அது அவளை உடல் ரீதியாக தோற்கடிக்-கும் அளவுக்கு சக்தி வாய்ந்ததாக மாறியது.

ஆதியா சுயநினைவின்றி கீழே விழுந்தாள்.

# 30

# நினைவுகள்

ஆதியாவிற்கு யாரோ சிரிக்கும் சத்தம் கேட்டது.

அவள் கண்களைத் திறக்க முடியாத அளவுக்கு சோர்வாக இருந்தாள்.

ஆனால் சிரிப்பு சத்தம் பரிட்சயமானதாக இருந்தது.

அவள் மனம் பனிமூட்டமாக தெளிவற்று இருந்தது.

அவளது மூளை அந்த குரலை தன் மனதில் உள்ளவர்களுடன் பொருத்த முயன்றது.

அது அடையாளம் காணக்கூடியதாக இருந்தது, ஆனால் அந்த நபரின் தெளிவான படத்தை அவளால் பெற முடியவில்லை.

இப்போது அவள் விரும்பியதெல்லாம் சற்று அமைதியாக இருக்க வேண்டும் என்பதுதான்.

அவள் மனதை அமைதிப்படுத்த விரும்பினாள்.

அதனால் அவள் சிரிப்பைப் பற்றியும் அந்த நபரைப் பற்றியும் சிந்திக்காமல் தன் மனதை நிறுத்த முயன்றாள்.

ஆதியா மீண்டும் மயக்கமடைந்தாள்.

அவள் மனதளவிலும் உடலளவிலும் சோர்ந்து போயிருந்தாள், இனி தன்னிடம் வாழ மன உறுதி இல்லை என்று உணர்ந்து தன் வாழ்க்கையை முடிக்க விரும்பினாள்.

அவள் சிறுவயதில் இருந்து எல்லா நினைவுகளையும் நினைவுகூர ஆரம்பித்தாள்.

அவள் ஒரு நகரத்தில் செல்வ செழிப்பான குடும்பத்தில் பிறந்தவள்.

அவளுடைய தந்தை அந்த நகரத்தின் ஒரு பிரபலமான வணிகர்.

அவள் ஒரு அழகான குடும்பத்துடன் குறைவற்ற வாழ்க்கையைக் வாழ்ந்து வந்தாள்.

குடும்பத்தில் அவள் தான் சுட்டி பெண்.

அவள் அனைவரின் கதைகளையும் அறிய விரும்பினாள், அந்தக் கதைகளுக்குப் பின்னால் உள்ள காரணத்தை ஆராய விரும்பினாள்.

அவள் கருணை. கனிவான மற்றும் அன்பான உள்ளம் கொண்டவள் .

வாழ்க்கையின் அனைத்து சவால்களை எதிர்கொள்ளும் அளவுக்கு தைரியத்துடனும் தன்னம்பிக்கையுடனும் இருந்தாள்.

வாழ்க்கை தனக்காக வாழ்வது மட்டும் அல்ல, மற்றவர்களின் துக்கத்திலும் மகிழ்ச்சியிலும் பங்கேற்பது என ஆழமாக நம்பினாள்.

அவள் ஒருபோதும் பணக்கார வாழ்க்கையை வாழ விரும்பவில்லை, அவள் விரும்பியதெல்லாம் அர்த்தமுள்ள வாழ்க்கை மட்டுமே.

இந்த ஆர்வம்தான் ஆதியாவை பத்திரிகை துறையை தேர்ந்தெடுக்க செய்தது.

எல்லா வலிகளும் துன்பங்களும் சொல்லப்படுவதில்லை என்று அவள் நம்பினாள்.

ஏழ்மையானவர்கள் மற்றும் வெளியில் மட்டுமே மகிழ்ச்சியாக தெரிபவர்களின் புன்னகையில் இன்னும் சொல்லப்படாத பல வேதனையான கதைகள் உள்ளன.

அவர்களின் இன்னல்களை வெளிச்சத்திற்கு கொண்டு வர ஆதியா விரும்பினாள், ஏனெனில் பிரச்சினைகள் இப்போது தீர்க்கப்படாவிட்டாலும், எதிர்காலத்தில் மாற்றங்கள் வருவதற்கு இது வழி வகுக்கும் என்று அவள் நம்பினாள்.

ஆனால் அதற்கான முதல் படி எப்போதும் பிரச்சனைகளையும் சவால்களையும் கண்டறிவதாகும்.

உண்மைகளை வெளிக்கொணரும் ஒரு தொழிலாக பத்திரிகை இருக்கும் என்று ஆதியா கண்டறிந்தாள்.

பத்திரிகைத் தொழிலில் ஈடுபட முடிவு செய்த போது, அவளது பெற்றோர் அதற்கு சம்மதிக்கவில்லை.

அவர்களை சமாதானப்படுத்த அவள் மிகவும் போராட வேண்டியிருந்தது.

இறுதியாக ஒரு வருடப் போராட்டத்திற்குப் பிறகு, அவளுடைய பெற்றோர் அவளுடைய முடிவை அனுமதித்தனர், ஆனால் பல நிபந்தனைகளுடன்.

அந்த நேரத்தில் தான் அவள் தற்போது பணிபுரியும் செய்தித்தாளில் வேலை கிடைத்தது.

அவளுக்கு ஒரு பெரிய நட்பு வட்டம் இருந்தபோதிலும், சரயுவும் காவேரியும் அவளது நிலையான மற்றும் கடினமான மற்றும் எளிதான நேரங்கள் அனைத்திலும், அவளுடன் பகிர்ந்து கொண்ட நண்பர்களாக இருந்தனர்.

அவர்கள் ஆதியாவின் முடிவை ஆதரித்து அவளுடன் தங்க வந்தனர்.

மூன்று பேரும் தங்கள் தொழில்களில் மட்டுமல்ல, வாழ்க்கையைப் பற்றிய அணுகுமுறையிலும் வித்தியாசமாகவே இருந்தனர்.

ஆனால் ஒரு தங்க நூல் அவர்களை ஒன்றாக இணைத்தது அது அவர்களின் நட்பு, அது கடினமான காலங்களில் அவர்களை வலுவாக பின்னியது.

அவர்களின் நட்பு பல நேரங்களில் சோதனைக்கு உட்படுத்தப்பட்டாலும், அது சவால்களை எதிர்கொண்டு இப்போது வரை தொடர்கிறது.

வாழ்நாள் முழுவதும் நம்பகமான நண்பர்களைப் பெற்றதற்காக ஆதியா எப்போதும் நன்றியுடன் இருந்தாள்.

அவள் எப்போதும் அவர்களின் நன்மையை விரும்பினாள்.

ஆதியா தனது வேலையை மிகவும் புனிதமாக எடுத்துக் கொண்டாள்.

தான் சம்பாதிக்கும் ஒவ்வொரு ரூபாய்க்கும் நியாயமாகவும் உண்மையாகவும் இருக்க வேண்டும் என்பதில் வலுவாக இருந்தாள்.

அவள் தனது குறுகிய கால வேலையில் பல முக்கிய திட்டங்களில் பணியாற்றினாள்.

சமூக சீர்திருத்தங்களுக்கு வலுவான ஆதரவாளராக இருந்தாள்.

கீழ்மட்டத்தில் உள்ள பெண்கள் எதிர்கொள்ளும் பிரச்சனைகளை வெளிக்கொணர்வது இவளது அற்புதமான படைப்புகளில் ஒன்று.

நவீன காலத்தில் அனைவரும் வறுமை மற்றும் வறுமை ஒழிப்பு பற்றி பேசுகிறார்கள்.

அவர்களின் பிரச்சினைகள் எத்தனை முறை தீர்க்கப்படுகின்றன அல்லது குறைந்தபட்சம் கேட்கப்படுகின்றனவா, என யாரும் கண்டுகொள்வதில்லை.

பொருளாதார முன்னேற்றம் மக்களின் வாழ்வில் மகிழ்ச்சியைத் தரும் என்பது ஒரு சந்தர்ப்பத்தில் உண்மைதான், ஆனால் எல்லா சந்தர்ப்பங்களிலும் இது உண்மையா?

பெண்கள் கீழ் அடுக்குகளில் மட்டுமல்ல, சமூக அமைப்பின் உயர் மட்டங்களிலும் கூட மிகவும் பாதிக்கப்படக்கூடியவர்கள்.

ஆதியா ஒரு சிறப்புத் ப்ராஜெக்ட் செய்திருந்தாள், அதில் அவள் குறிப்பாக பெண்களின் வாழ்க்கையையும், அவர்களின் வாழ்க்கை ஏன் எதிர்பார்த்தபடி மாறவில்லை என்பதையும் உள்ளடக்கியது.

பல பெண்களுடன் தங்கி அவர்களின் உண்மையான அனுபவங்களைப் பெற கடுமையாக பாடுபட்டாள்.

பெண்கள் எப்போதும் பொறுமை மற்றும் இரக்கத்தின் உருவகமாக சித்தரிக்கப்படுவதால், இது ஒரு வகையில் மிகவும் கடினமாக இருந்தது.

அவர்கள் எப்போதும் தங்கள் உணர்வுகளை மறைத்து தங்கள் குடும்பத்தின் முன்னேற்றத்திற்காக வாழ வேண்டும் என்று எதிர்பார்க்கப்படுகிறார்கள்.

அவர்கள் பிரச்சனையை பேச வாய்ப்பே இல்லை.

அப்படியே மிகவும் அரிதான சூழ்நிலையில் பேசினாலும், அது பெரிய விஷயமாக பார்க்க படுவதில்லை. அவர்களுக்கு ஏற்படும் பிரச்சனைகளுக்கு அவர்களே காரணம் என்பது போல் சித்தரிக்க படுகிறது. இன்னல்கள் என்பது அவர்கள் வாழ்நாள் முழுவதும் தாங்க வேண்டிய ஒன்று போன்ற நியாயமற்ற எண்ணங்கள் சிறுவயதிலிருந்தே அவர்கள் மீது திணிக்கப்படுகிறது.

பாரம்பரியம் மற்றும் கலாச்சாரத்தின் பெயரால் அவள் எப்போதும் அமைதியாக இருக்க வேண்டும் என்றும்.

ஒரு சிறந்த பெண் எப்போதும் அமைதியாக இருக்க வேண்டும், புன்னகையுடன் தன் துன்பங்களை கடந்து செல்ல வேண்டும், மென்மையான தொனியில் பேச வேண்டும், மிகவும் லேசாக சிரிக்க வேண்டும், மற்றவர்களுக்கு முன்னுரிமை அளிக்க வேண்டும், எப்போதும் தன்னை கீழே வைத்து பார்க்க வேண்டும் என்று சித்தரிக்கப்படுகிறாள்.

மற்றவர்களின் முன்னேற்றத்திற்காக பாடுபட வேண்டும்.

கணவரின் முன்னேற்றத்திற்காக உழைக்க வேண்டும். அவளுடைய குறிக்கோள்கள் மற்றும் வாழ்க்கையின் இலட்சியங்கள் புறக்கணிக்கப்பட வேண்டும், அவளுடைய கணவரின் நலன் தான் முதன்மையானது என்பதை இந்த சமூகம் ஒரு பெண் குழந்தைக்கு ஊட்டி வளர்கிறது.

ஒரு பெண் தனக்காக பேசும் போது, அவள் திமிர் பிடித்தவளாக சித்தரிக்கப்படுகிறாள்.

அவள் தன் கனவுகளை தேடிச் செல்ல விரும்பும் போது, அவள் சுயநலவாதியாக சித்தரிக்கப்படுகிறாள்

அவள் உறவுகளில் உரிமைகளுக்காகப் பேசும்போது, அவள் வளர்ப்பில் சந்தேகம் எழுகிறது.

அவள் செய்யும் சிறிய காரியத்திற்கு கூட அவளை சுற்றியுள்ளவர்களின் ஒப்புதல் தேவை.

அவளுடைய அறிவும் புத்திசாலித்தனமும் அவளுடைய குடும்பத்தின் முன்னேற்றம் என்ற பெயரில் புதைக்கப்படுகின்றன.

பெண்கள் முன்னேற்றம் பற்றி பேசும் பெரும்பாலான ஆண்கள் தங்கள் குடும்பங்களில் உள்ள பெண்களின் பிரச்சனைகளில் கவனம் செலுத்துவதில்லை.

ஆதியா அவர்களை மிகவும் கஷ்டப்பட்டு சமாதானப்படுத்தி பேச வைத்தாள்.

ஒருவருக்கு ஒரு சிறிய பிரச்சனையாகத் தோன்றுவது மற்றவருக்குப் பெரியதாக இருக்கும் என்று அவள் நம்பினாள்.

ஏனென்றால் நாம் அனைவரும் எல்லா வகையிலும் வேறுபட்டவர்கள்.

ஒவ்வொரு கணமும் வெவ்வேறு சமூக சூழ்நிலைகளை நாம் அனுபவிக்கிறோம்.

பிரச்சனைகள் ஒரே மாதிரியாக இருக்கலாம் ஆனால் அது வெவ்வேறு நபர்களிடம் ஏற்படுத்தும் தாக்கமும் விளைவுகளும் எப்போதும் வித்தியாசமாக இருக்கும்.

எந்த பிரச்சனையாக இருந்தாலும், அது பெரியதாக இருந்தாலும் சரி, சிறியதாக இருந்தாலும் சரி, அதை முதலில் பேச வேண்டும்.

ஆதியா மிகவும் உறுதியாக இருந்தாள், பெண்களை பற்றிய அவளது சிறப்பு தொகுப்பு வெற்றிகரமான வரவேற்பை பெற்றது.

இது சமூகத்தின் அனைத்து தரப்பினரிடமும் பெரும் கவனத்தைப் பெற்றது.

இந்த அபரிமிதமான வரவேற்பு, சமூகத்தின் நலனில் மேலும் மேலும் பணியாற்ற அவளுக்கு பெரும் உத்வேகத்தை அளித்தது.

அந்த நேரத்தில், வைரமலையில் நடக்கும் தொடர் கொலைகளை விசாரிக்கும் ப்ராஜெக்ட் அவளுக்கு வழங்கப்பட்டது.

மர்மங்களைக் கண்டுபிடிப்பதில் மிகுந்த நம்பிக்கையுடன் இருந்தாள்.

ஆனால் இங்கே அவள் மனமும் உடலும் முற்றிலும் சோர்ந்து போய் விட்டாள்.

அவளுக்குள் ஒரு பெரிய எண்ணப்போர் நடந்து கொண்டிருந்தது.

ஒரு குரல் அவளை எழுப்ப முயற்சித்தது, அவளுடைய நம்பிக்கையையும் உறுதியையும் கைவிடவில்லை.

மற்றொன்று அவளது நம்பிக்கையைக் குறைத்து, எல்லாம் முடிந்துவிட்டது, இனி எதுவும் செய்ய முடியாது என்று அவளை நம்ப வைத்தது.

இந்த எண்ணங்களால் ஆதியா மேலும் சோர்வடைந்தாள்.

# 31

# பழக்கமான இடம்

எண்ணங்களின் போர் இறுதியாக ஒரு முடிவுக்கு வந்தது.

ஆதியா மெதுவாக கண்களைத் திறக்க முயன்றாள்.

ஓரிரு முறை அவள் தோல்வியுற்றாலும், இறுதியாக அவள் கண்களை ஓரளவு திறக்க முடிந்தது.

ஆதியாவுக்கு அந்த இடம் பரிச்சயமானதாகத் தோன்றியது.

அவளைச் சுற்றியிருந்த உயரமான மரங்கள் அவள் நினைவுகளைத் தூண்டின.

ஆதியா நினைவுக்கு வர கடுமையாக முயன்றாள்.

சில நொடிகளில் தான் வைரமலைக் காட்டில் இருப்பதை அடையாளம் கண்டுகொண்டாள்.

சரயு, காவேரி மற்றும் மாயனுடன் இந்த இடத்தில் நடந்து சென்றது அவளுக்கு நினைவுக்கு வந்தது.

அவள் தரையில் இருந்து எழுந்திருக்க முயன்றாள்.

ஆனால் அவளை யாரோ கீழே இழுக்கும் வலியை உணர்ந்தாள்.

சமாளித்து திரும்பினாள்.

மாயன் அவர்களுக்கு முன்பு காட்டிய கைவிடப்பட்ட வீட்டைக் கண்டு அவள் ஆச்சரியப்பட்டாள்.

ஆதியா திகைத்துப் போனாள்.

அவளை யார் இந்த இடத்திற்கு அழைத்துச் சென்றார்கள் என்று தெரியவில்லை.

வைரவர்த்தினியின் ஆவி தான் அவளை கொல்ல இந்த இடத்திற்கு கொண்டு வந்ததோ என்று பயந்தாள்.

சுற்றும் முற்றும் பார்த்தாள்.

அந்த இடம் முழுவதும் முழு நிசப்தத்தில் நிரம்பியது.

அந்த மௌனம் ஆதியாவின் நம்பிக்கையையும் அழித்துவிட்டது.

அவள் அந்த இடத்தை விட்டு ஓட முயன்றாள்.

ஆனால் ஏதோ அவளை கீழே இழுத்தது.

அவள் கீழே பார்த்தாள், அவள் கால்களில் ஒரு கயிறு கட்டப்பட்டிருப்பதை கவனித்தாள்.

ஆதியா இன்னும் பயந்தாள்.

அவள் இதயம் வேகமாக துடிக்க ஆரம்பித்தது.

கைவிடப்பட்ட வீட்டிற்குள் கயிறு நீண்டு சென்றது.

இன்று அந்த வீடு சற்று வித்தியாசமாக இருந்தது.

அது முழுவதுமாக வெளிச்சமாகி காட்டின் இருளில் மின்னியது.

கயிறு மெதுவாக அவளை வீட்டிற்குள் இழுப்பதை ஆதியா கவனித்தாள்.

ஆதியா முடிச்சை அகற்ற முயன்றாள், ஆனால் அது மிகவும் வலுவாக இருந்தது, மேலும் அந்த கணத்தின் பதட்டம் அவளை முடிச்சை அவிழ்க்க விடவில்லை.

ஆதியா மிகவும் சத்தமாக அலறி உதவி கேட்டாள்.

ஆனால் அவளின் எதிரொலி மட்டும் பதிலாக வந்தது.

விரைவில் வேகம் அதிகரித்தது.

அவள் கரடுமுரடான மேற்பரப்பில் இழுத்துச் செல்லப்பட்டதால் அவள் காயமடைந்தாள்.

அவளது வலியும் வருந்திய கண்ணீரும் காடு முழுவதையும் நனைத்தது.

இதுவே தன் வாழ்வின் கடைசி நிமிடங்களாக இருக்கும் என்று ஆதியா நினைத்தாள்.

கண்களை இறுக மூடிக்கொண்டு பிரார்த்தனை செய்ய ஆரம்பித்தாள்.

# 32

# மர்மமான சிரிப்பு

சற்று நேரத்தில் கயிறு அவளை இழுப்பதை நிறுத்தியது.

ஆதியா மெதுவாக கண்களைத் திறந்தாள்.

அது ஒரு பெரிய வீடு.

வீடு வண்ண விளக்குகளால் அலங்கரிக்கப்பட்டிருந்தது.

அது பேய் வீடு போல் தெரியவில்லை.

பேய் வீடு இவ்வளவு அழகாக இருக்கும் என்று ஆதியா கற்பனை செய்ததில்லை.

இந்த தனிமைப்படுத்தப்பட்ட காட்டில் மின்சாரம் இல்லாமல் இந்த மின் பல்புகள் எப்படி ஒளிரும் என்பதையும் அவள் கற்பனை செய்தாள்.

வீட்டின் ஒரு முனையிலிருந்து ஒரு விசித்திரமான சிரிப்பு வந்தது.

இந்தக் குரல் ஆதியாவுக்கு நன்கு தெரிந்திருந்தது.

அதே சிரிப்பை அவள் முன்பு எப்போதோ கேட்டிருந்தாள்.

ஆனால் இந்த நேரத்தில் அவள் மனம் அந்த நபரை சித்தரித்தது.

அவள் ஒரேயடியாக அதிர்ந்து போனாள்.

அது அவளது மேலாளர் பிரியா.

ஆதியா குழம்பினாள், எப்படி பிரியாவின் குரல் கேட்கும் என்று அவளால் யூகிக்க முடியவில்லை.

ஆரம்ப வழிகாட்டுதலைத் தவிர அவர் அவர்களுடன் தொடர்பு கொள்ளவில்லை.

அவள் இந்த இடத்திற்கு வரவே இல்லை, அவள் குரல் எப்படி கேட்கும்.

சிரிப்பு சத்தம் நெருங்கி வந்தது.

திடீரென மின்சாரம் துண்டிக்கப்பட்டு வீட்டை முழுவதும் இருள் சூழ்ந்தது.

"யாராவது இருக்கிறார்களா?" என்று அலறினாள் ஆதியா.

ஒரு பெண் உருவம் அவளுக்கு முன் வந்தது.

அந்த நபரின் நிழலை மட்டுமே அவளால் பார்க்க முடிந்தது.

அந்த விசித்திரமான உருவம் ஒரு மெழுகுவர்த்தியை வைத்திருந்தது.

அது மிகவும் மங்கலான வெளிச்சமாக இருந்தது.

அது ஆதியாவின் அருகில் வந்தது, திடீரென்று மின் விளக்குகள் பிரகாசிக்க ஆரம்பித்தன.

விசித்திரமான உருவம் சிரிக்க ஆரம்பித்தது.

ஆதியா உருவத்தின் முகத்தை நிமிர்ந்து பார்த்தாள்.

அவள் உடைந்து போனாள்.

அது அவரது மேலாளர் பிரியா.

# 33

# ஒரு விநோதமான அறை

ஆதியா மெதுவாக எழுந்து நின்றாள்.

அவள் முற்றிலும் குழப்பமடைந்தாள்.

அது தன் மனப்பிரமையாக கூட இருக்கலாம் என்று நினைத்தாள்.

“பிரியா...,” என்று சந்தேகத்துடன் தாழ்ந்த குரலில் அழைத்தாள் ஆதியா.

“நீ சொல்றது சரிதான் ஆதியா, நான் பிரியா”, என பிரியா மீண்டும் சிரித்தாள்.

தன்னைக் காப்பாற்ற பிரியா வந்திருக்கிறாள் என்று நினைத்த ஆதியா சற்று நிம்மதி அடைந்தாள்.

ஆதியா பிரியாவை கட்டிப்பிடித்து அழுதாள்.

அவர்கள் காட்டுக்குள் நுழைந்ததில் இருந்து நடந்த சம்பவங்களை எல்லாம் சொல்ல ஆரம்பித்தாள்.

பிரியா அவள் சொல்வதைக் கேட்டாள்.

“சரயுவையும் காவேரியையும் கண்டுபிடிக்க வேண்டும்”, என்று கண்ணீர் மல்க சொன்னாள் ஆதியா.

"கவலைப்படாதே ஆதியா."

"அவர்கள் எங்கே இருக்கிறார்கள் என்று எனக்குத் தெரியும்."

"நான் உன்னை அங்கே அழைத்துச் செல்கிறேன், வா" என்றாள் பிரியா.

"ஆனால் எப்படி?"

"நீங்கள் எப்படி காட்டுக்குள் நுழைந்தீர்கள்?"

"வைரவர்த்தினியின் ஆவி உங்களைத் தொந்தரவு செய்யவில்லையா?" என ஆதியா பிரியாவிடம் தொடர்ந்து விசாரித்தாள்.

"உன் எல்லா கேள்விகளுக்கும் விரைவில் பதில் கிடைக்கும்", என்றாள் பிரியா.

ஆதியாவின் காலில் கட்டியிருந்த கயிற்றை பிரியா அவிழ்த்தாள்.

அவள் கைகளைப் பிடித்து பக்கத்து அறைக்கு அழைத்துச் சென்றாள்.

அறை மிகவும் வித்தியாசமாக இருந்தது, அது நவீன கேஜெட்கள் மற்றும் இயந்திரங்களால் நிரப்பப்பட்டிருந்தது.

தன்னைச் சுற்றி என்ன நடக்கிறது என்று ஆதியாவுக்குத் தெரியவில்லை.

அவள் அதை கனவாக உணர்ந்தாள்.

தனிமைப்படுத்தப்பட்ட காடுகளுக்கு நடுவே இந்த நவீன தொழில்நுட்பங்கள் எப்படி இருக்கும்?

பிரியா அவளை ஒரு லிஃப்டில் அழைத்துச் சென்றாள்.

இருவரும் லிஃப்டில் ஏறி அடித்தளத்தில் இறங்கினர்.

# 34

# ஒரு புதிய உலகம்

லிஃப்டின் கதவுகள் திறந்ததும், ஆதியா ஒரு புதிய உலகத்தில் நுழைவது போல் உணர்ந்தாள்.

அது ஒரு பெரிய நிலத்தடி ஆய்வகமாக இருந்தது.

ஆதியா பிரியாவை, கண்களில் ஆயிரம் கேள்விகளுடன் பார்த்தாள்.

அவர்கள் ஆய்வகத்தின் வழியாக நடந்தனர்.

யானைகள், சிங்கங்கள், புலிகள், குரங்குகள் முதல் பூச்சிகள், ஊர்வன, பறவைகள் என அனைத்து வகையான விலங்குகளும் இருந்தன.

அது அனைத்து வகையான இனங்களையும் கொண்டிருந்தது.

விலங்குகள் பெரிய கண்ணாடி ஜாடிகளில் வைக்கப்பட்டிருந்தன. அவர்கள் ஓரளவு உயிருடன் இருப்பதாக தோன்றியது.

விலங்குகளைப் பார்த்து ஆதியா மிகவும் நெகிழ்ந்தாள்.

எல்லா விலங்குகளின் கண்களிலும் ஒரு வேதனையான அப்பாவித்தனம் இருந்தது.

ஆய்வகம் மிகவும் பெரியது மற்றும் முடிவடையவில்லை.

பிரியாவும் ஆதியாவும் பேட்டரி காரில் ஏறி ஆய்வகத்தின் வழியாக பயணித்தனர்.

ஆதியா இதற்கு முன் இவ்வளவு இனங்களைக் பற்றி கேட்டதும் இல்லை பார்த்ததும் இல்லை.

ஏராளமானோர் பாதுகாப்புக் கவசங்களுடன் வெள்ளை உடை அணிந்திருந்தனர்.

அவர்கள் ஆதியாவை முறைத்தார்கள்.

ஆதியா எதிர்பார்க்காத ஒரு சின்ன உலகம் அது.

கார் நின்றது.

காரில் இருந்து ஆதியாவும் பிரியாவும் இறங்கினர்.

ஒரு பெரிய உலோக கதவு இருந்தது.

பிரியா நுழைவாயிலில் கடவுச்சொல்லை உள்ளிட்டு டிஜிட்டல் போர்டில் தனது கைரேகையை வைத்தாள்.

கதவு திறந்தது.

அங்கே இருந்தவனை பார்த்து அதிர்ந்து நின்றாள் ஆதியா.

அது மாயன்.

இரண்டு நாட்களுக்கு முன்பு கூடாரத்தில் மாயன் இறந்து கிடப்பதை பார்த்ததால் அவளால் தன் கண்களை நம்ப முடியவில்லை.

ஆனால் அப்போது கண்டது போல் இல்லை, அவர் நேர்த்தியாக உடையணிந்து பாதுகாப்புக் கவசங்களை அணிந்திருந்தார்.

அவர் ஒரு விஞ்ஞானி போல் இருந்தார்.

ஆதியா மாயன் அருகில் சென்றாள்.

"நீ மாயனா?" என்று அதிர்ந்த குரலில் கேட்டாள் ஆதியா.

மாயன் சிரித்தான்.

“ஆம், மாயன் செங்குட்டுவன், உயிரித் தொழில்நுட்பப் பேராசிரியர்” என்றான் மாயன்.

ஆதியா குழம்பிப் போனாள்.

ஒரே நேரத்தில் பல அதிர்ச்சிகளை அவள் மனதில் ஏற்றுக்கொள்ள முடியவில்லை.

"விரக்தி அடைய வேண்டாம்."

"உறுதியாக இரு, இன்னும் நிறைய ஆச்சரியங்கள் உனக்காக காத்திருக்கின்றன" என்று பிரியா கிண்டலாக கூறினார்.

அவர்கள் மற்றொரு அறைக்கு நடந்தார்கள்.

கதவு திறந்தவுடன் ஆதியா உள்ளே ஓடினாள்.

சரயுவும் காவேரியும் வெவ்வேறு அடைப்புகளில் வைக்கப்பட்டனர்.

இருவரும் சுயநினைவின்றி படுத்திருந்தனர்.

ஆதியா அலறினாள்.

"சரயு...காவேரி...எழுந்திரு."

"நான் உன்னைப் பார்க்க வந்தேன்."

"தயவுசெய்து எழுந்திரு" என்று ஆதியா அழுதாள்.

"சத்தம் போடாதே."

"இது உன் இடம் அல்ல."

"இது ஒரு ஆய்வகம்."

“அமைதியாக இரு” என்று எச்சரித்தாள் பிரியா.

ஆதியா பிரியாவை நோக்கி ஓடிவந்து அவளிடம் கெஞ்சினாள்.

"என் நண்பர்களுக்கு என்ன நடந்தது?"

"அவர்கள் ஏன் சுயநினைவில் இல்லை?"

"தயவுசெய்து என் நண்பர்களைத் திருப்பிக் கொடுங்கள், நான் வெளியேறுகிறேன்."

"ஆதியா, கவலைப்படாதே."

"அவர்கள் இறக்கவில்லை."

"நாங்கள் அவர்களை ஸ்லீப் மோடில் வைத்துள்ளோம்."

"மருந்துகளின் தீவிரம் குறைந்தவுடன் அவர்கள் எழுந்திருப்பார்கள்", என்றாள் பிரியா.

ஆதியா உதவியற்றவளாக உணர்ந்தாள்.

"என்ன நடக்கிறது இங்கே?"

"நான் மனநலம் பாதிக்கப்பட்டு வருகிறேன்."

"பிரியா விளக்கம் சொல்லுங்கள், இல்லையெனில் நான் மன அழுத்தத்தால் இறந்துவிடுவேன்" என்று ஆதியா

அலறினாள்.

“ஆம்! அதுதான் எங்களுக்கு வேணும்”, என்றாள் பிரியா.

ஆதியா உறைந்து போனாள்.

அவள் திகைப்புடன் பிரியாவை பார்த்தாள்.

"இல்லை, நீ பிரியா இல்லை, நீ என் மேலாளர் பிரியா என்று நான் நம்பவில்லை."

"நான் பார்த்த பிரியா நான் சந்தித்ததில் மிகவும் இனிமையான நபர்."

"மிகவும் பச்சாதாபம், அன்பு மற்றும் அரவணைப்பு கொண்ட ஒரு நபர்."

"நான் எப்பொழுதும் பார்த்து வியக்கும் நபர்.”

"ஆனால் நீங்கள் அவளுக்கு நேர்மாறான நபராக தெரிகிறாய்," என்றாள் ஆதியா.

பிரியாவால் சிரிப்பை அடக்க முடியாமல் சிரித்தாள்.

"எனக்குத் தெரியும் ஆதியா, என் மறுபக்கத்தை நீ ஏற்றுக்கொள்வது கடினம்."

ஆனால், நிஜங்கள் எப்போதும் கசப்பாகவே இருக்கும் என்றார் பிரியா.

ஆதியா பேசாமல் இருந்தாள்.

சில நிமிடங்கள் கண்களை மூடி அமர்ந்தாள்.

ஆதியா தன்னைச் சுற்றி நடப்பதை ஏற்றுக் கொள்ள முயன்றாள்.

அவள் யதார்த்தத்தை உணர்ச்சிகளிலிருந்து பிரிக்க முயன்றாள்.

எழுந்து பிரியாவின் அருகில் சென்றாள்.

"சரி பிரியா, என்ன நடக்குது இங்க?"

"ஏன் இவ்வளவு நாடகம்?"

“என்னை ஏன் இந்த ப்ராஜெக்ட் எடுக்க வைத்தாய்?”, என்று கேட்டாள் ஆதியா.

"ஏனென்றால் நீ உன் வேலையை விட்டுவிட வேண்டும் என்று நான் விரும்பினேன்," என பிரியா தீவிரமாக கூறி-

னார்.

"ஆனால் ஏன்?" என ஆச்சரியத்துடன் கேட்டாள் ஆதியா.

"பார் ஆதியா, இது உன் கற்பனைக்கு அப்பாற்பட்ட விஷயம்."

“ஆனாலும் உன்னை சுற்றி என்ன நடக்கிறது என்பதை நான் விளக்குகிறேன், ஏனென்றால் நீ குழப்பத்துடன் இந்த உலகத்தை விட்டு வெளியேறுவதை நான் விரும்பவில்லை,” என்று பிரியா ஆதியாவை பெரிய

கணினிகள் மற்றும் ராட்சத இயந்திரங்கள் கொண்ட ஒரு பெரிய அறைக்கு அழைத்துச் சென்றார்.

ஆதியா ஒரு வார்த்தை கூட பேசவில்லை.

"இது எங்கள் கனவு திட்டம்."

"நான் ஒரு மூத்த பத்திரிகையாளர் மற்றும் உங்கள் மேலாளர் என்று நீ நினைக்கிறாய்."

"ஆனால் நீ நினைப்பது போல் நான் இல்லை."

"நான் ஒரு பயோடெக்னாலஜி விஞ்ஞானி."

"நான் என் குழந்தை பருவத்திலிருந்தே புத்திசாலி பெண்."

"உலகம் நினைத்துப் பார்க்க முடியாத ஒன்றை நான் எப்போதும் கண்டுபிடிக்க விரும்பினேன்."

"ஆராய்வதற்கான எனது தாகம் வலுப்பெற்றது, இறுதியாக பயோடெக்னாலஜி என்பது எனது கனவு துறை என்பதை நான் கண்டுபிடித்தேன்."

"நான் ஒரு ஆய்வகத்தில் ஆராய்ச்சியாளராக பணிபுரிந்தபோது, உலகளாவிய விஞ்ஞானிகள் குழுவைக் கண்டேன்."

"அவர்கள் என்னை விட அனுபவம் வாய்ந்தவர்கள்."

"எங்கள் அனைவருக்கும் ஒரே இலக்கு இருப்பதை நாங்கள் கண்டுபிடித்தோம்."

“அப்போதுதான் இந்த கனவு திட்டத்தில் நாங்கள் இணைந்தோம்”, என்றாள் பிரியா.

ஆதியா மிரண்டு போய் பிரியாவை ஏக்கத்துடன் பார்த்-தாள்.

பிரியா தொடர்ந்தாள்.

"இந்த கிரகத்தின் சூப்பர் இனங்களைக்(super species) கண்டறியும் திட்டம்."

ஆதியா அதிர்ந்து போனாள்.

"என்ன?"

"சூப்பர் இனங்கள் என்றால் என்ன?" என்று ஆர்வத்து-டன் கேட்டாள் ஆதியா.

"மனித வாழ்க்கை மிகவும் அற்பமானது என்பது உனக்கு தெரியும்."

"நாம் இந்த கிரகத்தில் மிகச் சிறிய காலத்திற்கு மட்டுமே வாழ்கிறோம்."

"பூமியில் உயிர்கள் எவ்வாறு உருவானது என்பதைக் கண்டறியும் பணியில் நாம் இன்னும் இருக்கிறோம்."

"அவர்களை உருவாக்கியவர் யார்?"

"நாம் ஏன் சில காலம் மட்டும் வாழ்கிறோம்?"

"இறந்த பிறகு நாம் எங்கு செல்கிறோம்?"

"நாம் ஏன் இந்த கிரகத்தில் பிறக்கிறோம்?"

"இது போன்ற கேள்விகள் பல ஆண்டுகளாக தொடர்ந்து வருகிறது."

"ஆனால் அவற்றுக்கு பதிலளிப்பது கிட்டதட்ட சாத்தி-யமற்றது"

"பல்வேறு காலங்களில் வெவ்வேறு அறிஞர்கள் தங்கள் சொந்த விளக்கத்தை அளித்தாலும், அது இன்னும் உலக-ளாவிய மக்களால் ஏற்றுக்கொள்ள படவில்லை."

"இந்த விளக்கங்களில் சில, ஏற்றுக் கொள்ளக்கூடிய அளவிற்கு இருந்தாலும்."

"பல ஆண்டுகளாக எப்படி வாழ்வது என்பது யாருக்கும் தெரியாது அல்லது இயற்கை அச்சுறுத்தலின் ஆபத்துக்-களை எவ்வாறு எதிர்ப்பது என்பது அவர்களுக்குத் தெரி-யாது."

"இயற்கையை தோற்கடித்து ஆயுட்காலத்தை விரிவுபடுத்தும் அளவுக்கு நம்மில் எவரும் வலுவாக இல்லை."

"நாம் புதிய நோய்களுக்கும், எப்போதும் மாறிவரும் அச்சுறுத்தல்களுக்கும் இரையாகிறோம்."

"எனவே இயற்கையின் அனைத்து அச்சுறுத்தல்களையும் தாங்கி, இறுதியில் மில்லியன் கணக்கான ஆண்டுகளாக இந்த கிரகத்தில் வாழக்கூடிய ஒரு சூப்பர் இனத்தை இங்கே உருவாக்குகிறோம்."

ஆதியா பேசாமல் இருந்தாள், அறிவியல் பட கதையை கேட்பது போல் இருந்தது.

இவை அனைத்தும் உண்மையா என அவளால் நம்ப முடியவில்லை.

பிரியாவைப் பார்த்தாள்.

"ஆனால் எப்படி?" திகைப்புடன் கேட்டாள் ஆதியா.

"இந்த விலங்குகள் மற்றும் மரங்களின் மூலம் தான்."

ஆதியா குழம்பினாள்.

"உனக்கு தெரியாதா, நாம் அனைவரும் மரபணுக்கள் மூலம் உருவாக்க படுகிறோம்."

"நமது வாழ்க்கையை தீர்மானிக்கும் மரபணுவில் பில்லியன் கணக்கான தகவல்கள் உள்ளன."

"ஜீன்களைப் பற்றி நான் ஆழமான ஆய்வு செய்தபோது, இந்த மரபணுக்களையும் மாற்றியமைக்க முடியும் என்பதைக் கண்டறிந்தேன்."

"இப்போது மரபணுக்களை திருத்தக்கூடிய தொழில்நுட்பங்கள் எங்களிடம் உள்ளன."

"ஒரு குழுவாக நாங்கள் மிகவும் மேம்பட்ட மரபணு எடிட்டிங்கில் வேலை செய்கிறோம்."

"மனிதர்களின் முழுமையான மரபணு வரிசையை மாற்றுவதற்கும் அவர்களை இந்த உலகின் சூப்பர் இனமாக மாற்றுவதற்கும் சாத்தியமான அனைத்து வழிகளிலும் நாங்கள் பணியாற்றி வருகிறோம்."

ஆதியா இன்னும் அதிர்ச்சியில் இருந்தாள்.

"உனக்கு புரிந்து கொள்வது சற்று கடினம் என எனக்குத் தெரியும்."

"நான் உனக்கு எளிய வார்த்தைகளில் விளக்குகிறேன், கேள்"

"1000 ஆண்டுகள் வரை வாழக்கூடிய சில அரிய உயிர் இனங்கள் உள்ளன."

"அவை எளிதில் கண்டுபிடிக்க முடியாது."

"வெப்பநிலையின் தீவிர மாறுபாட்டை கடந்தும் உயிர் வாழக் கூடிய சில நுண்ணுயிரிகள் உள்ளன."

"வெவ்வேறு இரசாயன எதிர்வினைகளை எதிர்க்கும் இனங்களும் உள்ளன."

"அணு கதிர்வீச்சின் விளைவை எதிர்க்கும் இனங்கள்."

"மோசமான நிலையில் கூட உயிர்வாழ தேவையான அனைத்தும் ஏற்கனவே பூமியில் உள்ளன."

"ஆனால் அவை வெவ்வேறு உயிரினங்களில் சிதறிக்கிடக்கின்றன."

"உண்மையான சவால் அவர்களை ஒரே சூப்பர் இனமாக ஒருங்கிணைப்பதில் உள்ளது."

"படைப்பு எப்போதும் ஒரு புனித ஆற்றலுடன் தொடர்புடையது, இதுவரை யாரும் செய்ய முடியாத ஒன்று."

"கடவுளின் புனிதத்தன்மை அவரது படைப்பாற்றலின் காரணமாகும்."

"கடவுளின் படைப்புடன் போட்டியிடக்கூடிய ஒரு சூப்பர் இனத்தை நாம் உருவாக்கினால், இறுதியில் நாம் சக்தி வாய்ந்தவர்களாக மாறி உலகை ஆளுவோம்" என்று பிரியா முடித்தார்.

"உனக்கு தேவையானது சில அரிய வகை உயிரினங்கள் மட்டும் என்றால், இந்த விலங்குகள் ஏன் இங்கு வைக்கப்பட்டு இருக்கிறன்றன?" என்று கேட்டாள் ஆதியா.

"ஒவ்வொரு இனத்திற்கும் ஒரு சிறப்பு உண்டு."

"அவர்களின் பெரும்பாலான குணாதிசயங்கள் கண்டுபிடிக்கப்படவில்லை."

"நாங்கள் அவற்றின் மரபணுவை வரிசைப்படுத்தி ஆய்வு செய்வதில் பணியாற்றி வருகிறோம்."

"நாங்கள் உருவாக்கவிருக்கும் சூப்பர் இனங்கள் சரியானதாக இருக்க வேண்டும்."

"எனக்கு இந்த விலங்குகள் மற்றும் தாவரங்கள் அனைத்தும் இங்கே தேவை," என பிரியா ஆக்ரோஷமாக கூறினார்.

ஆதியா ஒரு கணம் அமைதியாக இருந்தாள்.

"சரி, உன்னுடைய எல்லா சோதனைகளையும் ஆசைகளையும் என்னால் புரிந்து கொள்ள முடிகிறது."

"ஆனால் என்னையும் என் நண்பர்களையும் ஏன் தொந்தரவு செய்கிறீர்கள்?" என்று கேட்டாள் ஆதியா.

பிரியா கோபமடைந்தாள்.

"நீதான் எங்களை முதலில் தொந்தரவு செய்தாய்" என்றாள் பிரியா.

ஆதியா குழம்பினாள்.

"எனக்கு...உன்னை தொந்தரவு செய்த எந்த நிகழ்வும் நினைவில் இல்லை," என்றாள் ஆதியா.

"உனக்கு ஞாபக சக்தி குறைவு என்று நினைக்கிறேன்."

"நான் உனக்கு நினைவூட்டுகிறேன்."

"பெண்கள் பற்றிய உனது செயல்பாட்டிற்கு உள்ளூர் அரசாங்கத்தால் உனக்கு பாராட்டு விழா நடந்த நாள் உனக்கு நினைவிருக்கிறதா?" என்று கேட்டாள் பிரியா.

ஆதியா அன்றைய நிகழ்வுகளை நினைவு படுத்த முயன்றாள்.

"ஆம்... ஆனால் எனக்கு வேறு எதுவும் நினைவில் இல்லை" என்றாள் ஆதியா.

"கவலைப்பட வேண்டாம், நான் உனக்கு சொல்கிறேன்."

"அன்றைய தினம் ப்ரோக்ராம் முடிந்த பிறகு, உன்னை ஒரு பெண் அழைத்தார்" என்றாள் பிரியா.

ஆதியாவால் நினைவு கூற முடிந்தது.

“ஆம், அவள் கணவனைப் பற்றிப் பேச வந்த ஒரு ஏழைப் பெண்” என்றாள் ஆதியா.

"அவள் என்ன சொன்னாள்?" என்று பிரியா கேட்டாள்.

வைர மலை வனப்பகுதியில் தனது கணவர் விசித்திரமான முறையில் கொல்லப்பட்டதாக அவர் என்னிடம் கூறினார்.

"தனது கணவனைக் கண்டுபிடிக்க உதவுமாறு அவள் என்னிடம் கெஞ்சினாள்."

ஆனால் அதன் பிறகு என்னால் அவளை சந்திக்க முடியவில்லை, என்றாள் ஆதியா.

“ஆம், இனி நீ அவளை சந்திக்க மாட்டாய்” என்றாள் பிரியா.

“என்ன?” ஆதியா அதிர்ந்து போனாள்.

“ஆம், அவள் இப்போது உயிருடன் இல்லை” என்றாள் பிரியா.

ஆதியா சோகத்தை உணர்ந்தாள்.

“ஏன்? அவளுக்கு என்ன நேர்ந்தது?" என்று கேட்டாள் ஆதியா.

"விதி அவளது கணவரின் உயிரைப் பறித்தது" என்றாள் பிரியா.

ஆதியா அமைதியாக இருந்தாள்.

"ஆதியா, அவரது கணவர் ராம், இந்த ஆய்வகத்தின் பணியாளராக இருந்தார்."

"இங்கே பணிபுரியும் ஒவ்வொருவரும் கடுமையான விதிகள் மற்றும் ஒழுங்குமுறைகளைப் பின்பற்ற வேண்டும், அவ்வாறு செய்யத் தவறினால் ஆபத்தான விளைவுகள் ஏற்படும்."

"அவர் விதியை மீறி, அனைத்து ரகசியங்களையும் தனது மனைவியிடம் கூறினார்."

"மற்றும் இறுதியில் அவர் தனது உயிரை ஆபத்தில் ஆழ்த்தினார்."

"அந்தப் பெண் அதைப் பற்றிச் சொல்ல வந்திருந்தாள்."

"ஆனால் நான் அவர்களை உன்னிப்பாக கவனித்து, அவளிடமிருந்து உன்னை திசை திருப்பினேன்."

"இன்னும் நீ நிறுத்தவில்லை."

"நீ இந்த பிரச்சினையில் அதிக ஆர்வம் காட்ட ஆரம்பித்தாய்."

"நீ மிகவும் புத்திசாலி மற்றும் எங்கள் ரகசிய பணியைக் கண்டுபிடிக்க முடியும் என்பது எனக்குத் தெரியும்."

"அப்போதுதான் உன்னை அழிக்கத் திட்டமிட்டேன்."

"நீ எதிர்பார்த்த அதே ப்ரொஜெக்ட்டை நான் உனக்கு கொடுத்தேன்."

"உங்கள் நலனில் அக்கறை காட்டுவது போல் நடித்தேன்."

"உன்னை நம்ப வைத்து கடைசியில் உன்னை தோற்கடித்தேன்" என்று கூறி சிரித்தாள் பிரியா.

அவள் சிரிப்பு பயங்கரமாக இருந்தது.

ஆதியா மற்ற உடல் வலிகளை விட வலுவான மன வலியை உணர்ந்தாள்.

பிரியாவின் வார்த்தைகளை அவளால் நம்ப முடியவில்லை.

ஆதியா இன்னும் குழப்பத்தில் இருந்தாள், இவை அனைத்தும் அவளுடைய இரவுக் கனவாக இருக்க வேண்டும் என்று பிரார்த்தனை செய்தாள்.

ஆனால் அங்கு நடப்பது எல்லாம் கசப்பான உண்மைகள் என மனம் ஏற்க தவறியது.

இதெல்லாம் பொய் என்று பிரியா சொல்வாள் என அவள் இன்னும் நம்பினாள்.

சில நொடிகள் முழு அமைதி நிலவியது.

"நீங்கள் சொன்னதை என்னால் இன்னும் ஏற்றுக்கொள்ள முடியவில்லை"

"நான் இன்னும் உன்னை நம்புகிறேன் பிரியா."

"இதெல்லாம் உண்மை இல்லை என்று சொல்லுங்கள்" என்று ஆதியா கெஞ்சினாள்.

"நீ ஒரு அப்பாவி."

"நடந்ததை நம்ப வைக்கிறேன்" என்றாள் பிரியா.

பிரியா ஆதியாவை ஒரு பெரிய திரையின் முன் உட்கார வைத்தார்.

அதில் ஒரு மூதாட்டியின் படம் இருந்தது.

"உனக்கு அவளை நினைவிருக்கிறதா?" என்று கேட்டாள் பிரியா.

"ஆம், நான் அவரை காட்டின் புற பகுதியில் உள்ள கிராமத்தில் சந்தித்தேன்."

"அவர் எவ்வளவு ஆக்ரோஷமாக இருக்கிறாள் என்று நான் உங்களிடம் சொன்னேன்," என்று ஆதியா கூறினார்.

அவர்கள் பேசிக்கொண்டிருக்கும் போது, அதே வயதான பெண் அறைக்குள் நுழைந்தாள், ஆனால் ஆதியா அந்த மூதாட்டியை வேறு கோணத்தில் பார்த்தாள்.

அவள் உறுதியாக, நேராக நடந்தாள்.

"அது நான் தான்," என்று வயதான பெண்மணி கூறினார்.

அதிர்ந்தாள் ஆதியா.

"இந்த திட்டத்தில் நான் ஒரு மூத்த விஞ்ஞானி."

அவள் முகத்தில் இருந்து தோலின் மேல் அடுக்கை உரித்தாள் பிரியா.

வயதான பெண்மணி ஒரு இளம் பெண்ணாக மாறினார்.

"உன்னை முட்டாளாக்க இது வெறும் ஒப்பனை" என்று இளம் பெண் (மூதாட்டி ) கூறினார்.

ஆதியா பேச முடியாமல் நின்றாள்..

"உள்ளே நுழைய வேண்டாம் என்று நான் எச்சரித்திருந்தேன் ஆனால் நீ மிகவும் உறுதியாக இருந்தாய்"

"மன்னிக்கவும் ஆதியா, இது முற்றிலும் உனது தவறு" என்றாள் அந்த இளம்பெண்.

“ஆதியா, காட்டின் எல்லையில் ஒரு பழைய கிராமத்தைப் பார்த்ததாகச் சொன்னாய்.”

“வைரமலையின் கதைகளை நம்ப வைப்பதற்காக அவை அனைத்தும் கட்டமைக்கப்பட்டவை” என்றார் பிரியா.

ஆதியா தன் மனம் கொஞ்சம் கொஞ்சமாக கொல்லப்படுவது போல் உணர்ந்தாள்.

பிரியா அடுத்த படத்தை ஸ்வைப் செய்தாள்.

அப்போது அவள் புகைபடத்தில் கண்ட நபர் அவர்கள் பயணத்தைத் தொடங்குவதற்கு முந்தைய நாள் ஆதியாவை எச்சரிக்க இரவில் வந்த விசித்திரமான மனிதர் என்று ஆதியா நினைவு கூர்ந்தாள்.

"அவர் டாக்டர். ஆர்யா, அவரும் இந்த திட்டத்தின் ஒரு பகுதி" என்று பிரியா கூறினார்.

தன்னைச் சுற்றியுள்ள அனைத்தும் வெறுமையானதை ஆதியா உணர்ந்தாள்.

அடுத்த படத்தை பிரியா காட்டினாள்.

படத்தை பார்த்த ஆதியா கத்த ஆரம்பித்தாள்.

"இல்லை... இல்லை... இது உண்மையாக இருக்க முடியாது."

"நீங்கள் என்னை மீண்டும் முட்டாளாக்க முயற்சிக்கிறீர்கள்" என்று ஆதியா அலறினாள்.

பிரியா சிரித்தாள்.

"நீ நம்ப மாட்டாய் என எனக்குத் தெரியும்," என்றாள் பிரியா.

“சரயு, இங்கே வா உன் தோழிக்கு விளக்கம் சொல்லு” என்று பிரியா அழைத்தாள்.

சரயு கண்ணீருடன் ஆதியாவை நோக்கி வந்தாள்.

ஆதியா உணர்ச்சிகளின் உச்சத்தில் இருந்தாள்.

“சரயு நீயும்..” ஆதியாவால் பேச முடியவில்லை.

“மன்னிக்கவும் ஆதியா” என்று சரயு அழுதாள்.

"நிறுத்து, ஒரு வார்த்தை கூட பேசாதே"

"நான் உன்னை ஒருபோதும் மன்னிக்க மாட்டேன்."

“தயவுசெய்து கிளம்பிவிடு...” என்று அலறினாள் ஆதியா.

“ஆதியா...ஆதியா... ப்ளீஸ், உன்னை காப்பாத்தறதுக்காக இதையெல்லாம் பண்ணேன்” என்றாள் சரயு.

"நீ என்ன நன்மைக்காக செய்தாய்?" என்று கோபத்துடன் கேட்டாள் ஆதியா.

"நான் உனக்கு விளக்கமாகச் சொல்கிறேன்," என பிரியா குறுக்கிட்டாள்.

பிரியா பக்கம் திரும்பினார்கள்.

"ஆதியா, அவள் சொல்வது சரிதான்."

"இந்த ஊர் ஆராய்ச்சியில் ஈடுபட்டிருந்த போது வைர-மலைக்குள் ஏதோ மர்மம் நடப்பதாக சரயு எப்படியோ தெரிந்து கொண்டாள்".

"ஆனால் அவளுக்கு சரியாக என்ன நடக்கிறது என்று தெரியவில்லை."

"இந்த ப்ராஜெக்டை நான் உனக்கு ஒதுக்குவதற்கு முந்-தைய நாள், நான் சரயுவைச் சந்தித்து, இது ஆபத்தானது என்று எச்சரித்தேன்."

"எப்படியாவது உன்னை இந்த திட்டத்திலிருந்து வெளி-யேறச் செய்ய வேண்டும் என்று அவளிடம் கேட்டு கொண்-டேன்."

"அவள் ஒப்புக்கொண்டாள், ஆனால் அவள் முயற்சியில் தோல்வியடைந்தாள்."

"சரயு உன்னை இரவில் சந்தித்தபோது, மறுநாள் காலை-யில் உன்னைப் பார்க்கவில்லை என்று பொய் சொன்னாள் நினைவிருக்கிறதா?"

"அவை அனைத்தும் எங்கள் திட்டம்."

"எப்படியும் சரயுவை நான் பாராட்ட வேண்டும்."

"அவள் உன்னை ஆபத்தில் இருந்து வெளியே இழுக்க தன்னால் முடிந்தவரை முயற்சி செய்து கொண்டிருந்தாள்."

"ஆனால் நீ மிகவும் பிடிவாதமாக இருந்தாய்."

"அதனால் எங்களுக்கு வேறு வழியில்லை, நாங்கள் சரயுவை உங்களிடமிருந்து பிரித்துவிட்டோம்" என்று பிரியா முடித்தாள்.

சரயுவை கண்டித்ததை எண்ணி ஆதியா வருந்தினாள்.

அவளை இறுக அணைத்துக் கொண்டாள்.

"பெண்களே, தயவுசெய்து உங்கள் நாடகங்களை நிறுத்-துங்கள், இன்னும் நிறைய இருக்கிறது." என்றாள் பிரியா.

ஆதியாவும் சரயுவும் குழப்பத்துடன் பார்த்தனர்.

"உங்களுக்கு அடுத்த பெரிய ஆச்சரியம்," பிரியா ஒரு கணம் நிறுத்தினாள்.

"காடு முழுக்க விலங்குகள் கிடையாது" என்று சொல்லி முடித்த பிரியா உரக்கச் சிரித்தாள்.

ஆதியாவும் சரயுவும் கலங்கிப் போனார்கள்.

"ஆம், அவை அனைத்தும் இந்த ஆய்வகத்தில் அடைப்புகளில் வைக்கப்பட்டுள்ளன."

"ஒரு சிலர் மட்டும் எப்படி இருக்கிறார்கள் என்று நீங்கள் ஆச்சரியப்படலாம்?"

"அவர்களில் பெரும்பாலோர் கொல்லப்பட்டு எங்கள் சோதனைகளுக்குப் பயன்படுத்தப்பட்டனர்."

"அதனால் தான் நீங்கள் விலங்குகள் மற்றும் பறவை-களின் சத்தத்தை மட்டுமே கேட்டீர்கள், ஆனால் அதைக் காணவில்லை ஏனெனில் அவற்றை போலியாக ஒலிபெருக்-கியில் காடு முழுவதும் கேட்க வைத்தோம் " என்று பிரியா கூறினார்.

“ஆனால் நான் ஒரு முறை புலியைப் பார்த்தேன்” என்-றாள் சரயு.

"இந்த காட்டில் விலங்குகள் இருப்பதை நம்ப வைக்க இது ஒரு செயற்கை ரோபோ" என்று பிரியா கூறினார்.

ஆதியாவும் சரயுவும் ஒருவரை ஒருவர் பார்த்துக் கொண்டனர்.

இருவரும் உதவியற்றவர்களாக உணர்ந்தனர்.

"இந்த காடு முழுவதும் ஆவிகளோ பேய்களோ கிடை-யாது."

“மாயன் சொன்ன வைரவர்த்தினியின் கதை, இரவில் உன்னைப் பயமுறுத்திய சிறுமி, கோவிலில் நீங்கள் சந்தித்த முனிவர் எல்லாமே எங்கள் திட்டத்தின் ஒரு பகுதியாகும்”

“அவை அனைத்தையும் எங்களிடம் உள்ள சிறப்பு குழு கண்காணித்து அந்தந்த சூழ்நிலைக்கேற்ப செய்த செயற்கை செட்டிங்ஸ். இதற்கு பல கோடிகளை செலவிட்டோம்”.

"ஆதியா, இந்த ஆய்வகம் மிகப்பெரியது மற்றும் இந்த முழு காடுகளின் நிலத்தடி பகுதியையும் உள்ளடக்கியது."

"இந்த காடு முழுவதும் எங்கள் கண்காணிப்பில் உள்ளது."

"வைரவர்த்தினி மற்றும் தொடர்புடைய கதைகள், நாங்கள் மக்களை நம்ப வைத்த வதந்திகள் மட்டுமே."

“நீ பார்த்த கோயில் கூட போலிதான்” என்றாள் பிரியா.

"எனக்கு அடைக்கலம் கொடுத்த மூதாட்டி?"

"அதுவும் உங்கள் திட்டம்தான் என்று என்னால் யூகிக்க முடிந்தது" என்றாள் ஆதியா.

“சரியாகச் சொன்னாய் ஆதியா.”

“எல்லாம் எங்கள் திட்டம் தான் ஆனால் நாங்கள் அனைத்தையும் சந்தேகம் வராத வண்ணம் செய்து வருகிறோம்.”

"உனக்கு வலுவான உறுதி இருந்தது."

"உனக்கு பல பிரச்சனைகளை கொடுத்தாலும், நீ இன்னும் இங்கு தங்கி உன் விசாரணையை முடிக்க முடிவு செய்தாய்."

"எனவே உன் தன்னம்பிக்கையை சிதைக்க நான் ஒரு புதிய திட்டத்தை முழுமையாக செய்ய வேண்டியிருந்தது."

"மனநோயாளியாக இருப்பதை விட வேதனையானது எதுவும் இல்லை என்று எனக்குத் தெரியும்."

"நீ அந்த வேதனையை உணர வேண்டும் என எண்ணினேன்."

"உன் அறிவிற்கும் மனதுக்கும் இடையே தெளிவான வேறுபாட்டைக் காண முடியாத நிகழ்வுகளை உருவாக்க நான் முடிவு செய்தேன்."

“நீ யோசிக்கலாம் எப்படி உனக்கு மட்டும் இவ்வளவு தொல்லைகள் உன்னுடன் இருந்த சரயு காவேரிக்கு அந்த

சத்தங்கள் எல்லாம் கேட்காமல் உறங்கினார்கள் என்று, அதற்கு காரணம் மாயன் அவர்களின் உணவுகளில் மட்டும் தூக்க மருந்தினை கலந்து விடுவான். அதனால் அவர்கள் உறங்கிவிடுவார்கள் ஆனால் நீ எல்லாத்தையும் இரவு நேரத்தில் கேட்டபாய்”

"நான் உன் மனதுடன் விளையாடினேன்."

"ஆனால் நீ மிகவும் வலிமையானவள்."

"உன் நிலையில் வேறு யாராவது இருந்திருந்தால், அவர்கள் சிதைந்திருப்பார்கள்."

"ஆனால், நான் உனக்குக் கொடுத்த எல்லாப் பிரச்சனைகளையும் மீறி நீ இங்கே நிற்பதைப் பார்" என்றாள் பிரியா.

"நான் விளக்குவதற்கு வேறு ஏதாவது உண்டா?" என்று கேட்டாள் பிரியா.

ஆதியாவுக்கும் சரயுவுக்கும் ஒரு வார்த்தை பேசும் ஆற்றல் கூட இல்லை.

தங்கள் உணர்வுகள் அனைத்தும் கொல்லப்பட்டதாக உணர்ந்தனர்.

உயிர் இல்லாத வெறும் பொருளாகவே உணர்ந்தனர்.

எல்லா நம்பிக்கைகளையும் கொன்று புதைத்த நிலையில் இருவரும் தரையில் அமர்ந்தனர்.

"பெண்களே உங்களுக்காக ஒரு நல்ல செய்தி கூறுகிறேன்" என்றாள் பிரியா.

ஆதியாவும் சரயுவும் பிரியாவை பார்த்தனர்.

"நீங்கள் என்றென்றும் இங்கேயே இருக்கப் போகிறீர்கள்."

ஆதியாவும் சரயுவும் அதிர்ந்தனர்.

“ஏன்? நீ எங்களைக் கொன்றுவிடலாம்” என்றாள் ஆதியா.

"எங்கள் சோதனைகளுக்கு சில மனிதர்கள் தேவை."

"நீங்கள் சரியான தேர்வாக இருப்பீர்கள்" என்று பிரியா உற்சாகத்துடன் கூறினார்.

ஆதியாவும் சரயுவும் ஆழ்ந்த மூச்சு எடுத்தனர்.

வருத்தப்படக் கூட அவர்களுக்கு ஆற்றல் இல்லை.

# 35

# திருப்பங்கள்

சுற்றிலும் அமைதி நிலவியது.

கதவு இல்லாத சிறையில் அடைக்கப்பட்டதாக ஆதியா உணர்ந்தாள்.

அவள் மூளை பனிமூட்டமாக மாறியது.

அவளால் அங்கிருந்து தப்ப நினைக்க கூட முடியவில்லை.

அவளால் செய்ய முடிந்ததெல்லாம், மாயங்கள் நடக்க வேண்டும் என்று எதிர்பார்ப்பது மட்டுமே.

ஆம், அது நடந்தது.

ஆர்யாவும் பிரியாவும் கைவிலங்குடன் வந்தனர்.

பிரியா ஆர்யாவிடம் அவர்களின் கைகளை கட்ட சொன்னார்.

ஆர்யா ஆதியாவை நோக்கி வந்தான்.

ஆதியா ஆர்யாவின் கண்களை ஆழமாக பார்த்தாள்.

ஆர்யா அவளைப் பார்த்து சிரித்துவிட்டு பிரியாவை நோக்கி திரும்பி அவள் கைகளை கட்டினான்.

பிரியா அதிர்ச்சி அடைந்தாள். தன்னைச் சுற்றி என்ன நடக்கிறது என்று அவளுக்குத் தெரியவில்லை.

"ஆர்யா, என்ன செய்கிறாய்?"

"என் கைகளை கட்ட உனக்கு என்ன பைத்தியமா?" என வலியால் பிரியா அலறினாள்.

ஆர்யா பேசவில்லை, மாறாக சிரித்தான்.

ஆதியாவும் சரயுவும் ஆச்சரியத்துடன் பார்த்தனர், அவர்களுக்கும் சுற்றி என்ன நடக்கிறது என்று புரியவில்லை.

"பிரியா, நான் பேச வேண்டிய நேரம் இது" என்றான் ஆர்யா.

பிரியா குழம்பிப் போனாள்.

“என்ன?” பிரியா பயத்துடன் கேட்டாள்.

"கொஞ்சம் பொறு" என்றான் ஆர்யா.

"நீங்கள் ஒரு சிறப்பு விருந்தினரை சந்திக்க வேண்டும்."

"ஆதித்யா" என்று ஆர்யா அழைத்தான்.

ஒரு இளம் போலீஸ் அதிகாரி அறைக்குள் நுழைந்தார்.

ஆதியாவால் தன் கண்களை நம்ப முடியவில்லை.

ஆதியாவை நோக்கி வந்து அவளைப் பார்த்து சிரித்தான்.

“நன்றி ஆதியா” என்றான் ஆதித்யா.

ஆதியா புன்னகை பூத்தாள்.

சரயு உட்பட அனைவரும் ஆச்சரியப்பட்டனர்.

"நீங்கள் யார்?"

"நீங்கள் எப்படி உள்ளே வந்தீர்கள்?" என பிரியா கேள்விகளால் அலறினாள்.

"நான் போலீஸ் அதிகாரி ஆதித்யா."

இந்த காட்டில் நடக்கும் மர்ம கொலைகளை ரகசியமாக விசாரித்து வருகிறேன்.”

"இந்த முழு ஆய்வகமும் எங்கள் கட்டுப்பாட்டில் உள்ளது."

"நாங்கள் இந்த ஆய்வகத்தை முடக்கிவிட்டோம்."

"உனக்கு வேறு வழியில்லை" என்றான் ஆதித்யா.

பிரியா குழம்பிப் போனாள்.

"நான் உனக்கு விளக்கமாக சொல்கிறேன் பிரியா." என ஆதித்யா விளக்க ஆரம்பித்தான்.

ஆதித்யாவை சந்தித்ததை நினைவு கூர்ந்தாள் ஆதியா.

# 36

# ரகசிய சந்திப்பு

அவர்கள் பயணம் தொடங்குவதற்கு முந்தைய நாள், வைர-மலைக்கு வர வேண்டாம் என்று எச்சரித்த விசித்திரமான மனிதனை (ஆர்யா) ஆதியா சந்தித்த அன்று இரவு.

ஆதியா சரயுவிடம் பேசிவிட்டு தன் அறைக்கு சென்-றாள்.

ஆனால் அவளால் தூங்க முடியவில்லை.

யாரோ தன்னை அழைக்கும் சத்தம் கேட்டது.

"ஆதியா...ஆதியா..."

ஆதியா பயந்தாள். அந்த வினோத மனிதன் மீண்டும் வந்துவிட்டான் என்று நினைத்தாள்.

யாராவது கீழே இருக்கிறார்களா என்று பார்க்க ஜன்னல் அருகே சென்றாள்.

இள வயது உடைய ஆண் அவளை நோக்கி கைகளை அசைத்தான்.

அவளை கீழே வரச் சொன்னான்.

ஆதியா அதற்கு தயக்கம் காட்டினாலும் சிறிது நேரம் யோசித்து விட்டு செல்ல முடிவு செய்தாள்.

ஆதியா அவளுடன் ஒரு கத்தியையும் பெப்பர் ஸ்பிரே-யையும் எடுத்துக் கொண்டாள்.

வெளியே வந்தவள், திடீரென்று பின்னால் இருந்து யாரோ அவள் வாயை மூட முயற்சி செய்வதை உணர்ந்-தாள்.

ஆதியா கத்த முயன்றாள், ஆனால் மர்ம மனிதன் அவள் வாயை கர்சீஃப் மூலம் மூடினான்.

"ஆதியா, கத்தாதே."

"உன்னை காப்பாற்ற தான் நான் வந்துள்ளேன்."

"எனக்கு உங்கள் உதவி தேவை."

"தயவுசெய்து எனக்கு இந்த உதவியை செய்யுங்கள்" என்று அந்த மர்ம மனிதன் கூறினார்.

ஆதியா அந்த மனிதனை ஒதுக்கித் தள்ளினாள்.

"நீங்கள் யார்?" என்று கேட்டாள் ஆதியா.

"நான் ஆதித்யா."

"போலீஸ் அதிகாரி," என்று ஆதித்யா தன் அடையாள அட்டையை அவளிடம் காட்டினான்.

ஆதியா சரிபார்த்து நிம்மதி அடைந்தாள்.

"உங்களுக்கு நான் என்ன செய்ய முடியும்?"

"இந்த இரவு நேரத்தில் பேசுவதற்கு என்ன இருக்கிறது?" என்று கேட்டாள் ஆதியா.

"ஆதியா, நான் சொல்வதைக் கேளுங்கள்".

"நீங்கள் பெரிய ஆபத்தில் இருக்கிறீர்கள், ஆனால் விவாதிக்க இது சரியான இடம் அல்ல."

"என்னுடன் வாருங்கள்" என்று ஆதித்யா அவளை சிறிது தூரத்தில் நின்றிருந்த காருக்கு அழைத்துச் சென்றான்.

ஆதியா கொஞ்சம் பயந்தாலும் அவனை நம்பினாள்.

"ஆதியா, எனக்கு அதிக நேரம் இல்லை."

"இது மிகவும் முக்கியமானது."

"நீங்கள் வைரமலைக்குப் போகப் போகிறீர்கள் என்று எனக்குத் தெரியும்."

"நான் இந்த வழக்கை நீண்ட காலமாக விசாரித்து வரு-கிறேன், காடுகளில் ஏதோ தவறு நடப்பதாக நான் சந்தே-கிக்கிறேன்."

“எனக்கு உங்கள் உதவி தேவை” என்றான் ஆதித்யா.

ஆதியா ஒரு கணம் யோசித்தாள்.

"நான் உங்களுக்கு எப்படி உதவ முடியும்?" என்று கேட்டாள் ஆதியா.

"இந்த காடு மிகவும் அணுக முடியாதது மற்றும் தனிமைப்படுத்தப்பட்டுள்ளது, வெளி உலகத்துடன் தொடர்பு கொள்ள உங்களுக்கு எந்த வழியும் இருக்காது."

"எனவே நீங்கள் காட்டுக்குள் நுழையும் போது, உங்களைச் சுற்றி நீங்கள் கவனிக்கும் அனைத்து விஷயங்களையும் எழுதி, அவற்றை ஒரு காகிதத்தில் எழுதி, காட்டிற்கு வெளியே குப்பையாக வைக்கவும்."

"உங்கள் பதிலுக்காக காத்திருக்கும் எனக்கு அவற்றை எப்படியாவது கிடைக்கச் செய்ய வேண்டும்" என்றார் ஆதித்யா.

"ஆனால், ஒரு காவல்துறை அதிகாரியாக உங்களால் ஏன் காட்டுக்குள் சென்று விசாரணை செய்ய முடியவில்லை?" என்று கேட்டாள் ஆதியா.

“ஆதியா, எல்லாவற்றையும் விளக்குவதற்கு எனக்கு அதிக நேரம் இல்லை. அங்கு சென்றதும், நீங்கள் புரிந்துகொள்வீர்கள்."

"தயவுசெய்து எனக்கு இந்த உதவி செய்யுங்கள்."

"இப்போது நான் கிளம்ப வேண்டும்," என ஆதித்யா விரைந்தான்.

ஆதியா சில நொடிகள் யோசித்து அவனது கோரிக்கைக்கு சம்மதித்தாள்.

"ஆதியா, ஜாக்கிரதையாக இருங்கள்."

"நம் இரகசிய சந்திப்பை யாருடனும் பகிர்ந்து கொள்ளாதீர்கள், உங்கள் நண்பர்களுடனோ அல்லது உங்கள் மேலாளருடனோ கூட பகிர்ந்து கொள்ள வேண்டாம்."

"கவலைப்பட வேண்டாம், உங்களையும், உங்கள் நண்பர்களையும் எப்படியாவது காப்பாற்றுவேன்." என்று சொல்லிவிட்டு கிளம்பினான் ஆதித்யா.

ஆதியா மீண்டும் தன் அறைக்கு வந்தாள்.

அன்று நடந்த சம்பவங்களை நினைத்து முற்றிலும் குழம்பிப் போனாள்.

# 37

# ரகசிய திட்டம்

ஆதியாவை சந்தித்த முழு கதையையும் விவரித்தான் ஆதித்யா.

"திட்டமிட்டபடி, ஆதியா மாயனைக் காட்டின் புற பகுதிக்கு குப்பைகளை வீச அனுப்பினார்" என்று ஆதித்யா கூறினார்.

"குப்பையில் இருந்து கிடைத்த தகவல்களின் அடிப்படையில் என் யூகம் சரியாக இருந்தது."

"காட்டில் இயற்கைக்கு அப்பாற்பட்ட சக்தி இல்லை."

"எனவே நாங்கள் எங்கள் அடுத்த கட்டத்தை செயல்படுத்தினோம்."

பிரியா திகைத்தாள்.

"என்ன திட்டம்?" என்று கேட்டாள் பிரியா.

காட்டில் இருந்து வெளியே வந்த மாயனுக்கு காயம் ஏற்பட்டது, அது விபத்து அல்ல, நன்கு திட்டமிடப்பட்டது."

பிரியா அதிர்ச்சி அடைந்தாள்.

"நாங்கள் மாயனை விழச் செய்து, அருகிலுள்ள மருந்தகத்திற்கு அழைத்துச் சென்று, உங்களை உளவு பார்க்கப் பயன்படும் சிப்பை வைத்தோம்," என்றார் ஆதித்யா.

"ஆனால் இங்குள்ள கண்காணிப்பு அமைப்பு மிகவும் மேம்பட்டது, எதுவும் ஊடுருவ முடியாது," என்று பிரியா

தெளிவாக கூறினாள்.

"ஆம், எனக்குத் தெரியும்."

"அதனால் தான் உங்கள் கண்காணிப்பு அமைப்பில் இருந்து தப்பிக்க இந்த சிப்பை சிறப்பாக வடிவமைத்துள்ளோம்."

“இதை நான் என் நண்பன் மூலம் தெரிந்து கொண்டேன்” என்றான் ஆதித்யா.

"நண்பனா?" பிரியா குழம்பிப் போனாள்.

"ஆம், நீ கடைசியாகக் கொன்றவன் இங்கே வேலை செய்து கொண்டிருந்த என் நண்பன் கதிர்."

"ஆரம்பத்தில் என்ன நடக்கிறது என்று அவனுக்குத் தெரியாது, உங்கள் திட்டங்களை அவன் கண்டறிந்ததும், அவற்றை உலகுக்கு வெளிப்படுத்த விரும்பினான்."

"நான் காட்டில் நடக்கும் கொலைகளைப் பற்றி விசாரித்து வருவதை அறிந்து, உங்கள் திட்டத்தைப் பற்றி சொல்ல அவன் என்னை சந்திக்க வந்தான்."

"ஆனால் துரதிர்ஷ்டவசமாக திட்டத்தைப் பற்றி என்னிடம் சரியாகச் சொல்லாமல் தனது உயிரை இழந்தான், அதனால் என் சந்தேகம் வலுத்தது."

"கடைசியாக நான் உங்கள் இடத்தை உங்கள் திட்டத் உதவியாளர் மாயன் மூலம் கண்டுபிடித்தேன்" என்றான் ஆதித்யா.

பிரியா மாயனை முறைத்தாள்.

மாயன் தன் கவனக்குறைவுக்காக வெட்கப்பட்டான்.

"உங்களுக்கு இன்னும் ஒரு ஆச்சரியம் காத்திருக்கிறது."

"நான் உங்கள் இடத்தைக் கண்டுபிடித்தாலும், எனது அடுத்த நகர்வு என்னவென்று எனக்குத் தெரியவில்லை."

"அந்த நேரத்தில்தான், உங்களுக்குத் தெரியாமல் என்னைச் சந்திக்க ஆர்யா வந்திருந்தான்."

"அவன் என் நண்பன் மட்டும் அல்ல கதிரின் நண்பனும் கூட"

"அவனின் மரணத்திற்கு நீதி வேண்டும், உன்னையும் அம்பலப்படுத்த வேண்டும் என விரும்பினான்" என்றான் ஆதித்யா.

பிரியா முதுகில் குத்திய வலியை உணர்ந்தாள்.

"பிரியா, முதலில் நான் ஒரு பெரிய திட்டத்தில் வேலை செய்ததில் மகிழ்ச்சியாக இருந்தேன். ஆனால் நீங்கள் செய்வது இயற்கைக்கு எதிரானது மற்றும் சட்டவிரோதமானது என்பதை நான் விரைவில் கண்டுபிடித்தேன்."

"நானும் எனது நண்பனும் உங்களுக்கு எதிராக ஆதாரங்களை சேகரிக்கத் தொடங்கினோம், ஆனால் அவன் பிடிபட்டு உயிரை இழந்தான்."

"எனவே நான் உங்களுடன் இருக்க முடிவு செய்தேன், உண்மையை வெளியே கொண்டு வரக்கூடிய சரியான நபர் வரும் வரை காத்திருந்தேன்."

"நான் ஆதித்யாவைச் சந்தித்தேன், நீ என்னிடம் ஆதியாவை சென்று எச்சரிக்கச் சொன்ன நாளில்."

"உங்களுக்குத் தெரியாமல் நான் அவரைச் சந்தித்தேன், எல்லா உதவிகளையும் செய்வேன் என்று அவருக்கு உறுதியளித்தேன்" என்று ஆர்யா கூறினான்.

பிரியாவால் பொறுத்துக் கொள்ள முடியவில்லை.

அவள் கத்த ஆரம்பித்தாள்.

"இல்லை... இல்லை..."

"உங்களுக்கு கடைசியாக ஒரு கேள்வி இருக்கலாம்: உங்கள் திட்டங்களைக் கண்டறிந்தவுடன் நான் ஏன் உங்களைக் கைது செய்யவில்லை என்று."

"அதுக்கு காரணம் சரயுவையும் காவிரியையும் நீ சிறை பிடித்த பின் ஆதியாவை வைரமலையை விட்டு வேறு எங்கோ தள்ளி வைத்திருந்தாய்."

"அவளை நீ கண்டிப்பாக மீண்டும் அழைத்து வருவாய் என்று எனக்குத் தெரியும், அந்தத் தருணத்திற்காக நான் காத்திருந்தேன்," என்று ஆதித்யா கூறிவிட்டு ஆதியாவைப் பார்த்து சிரித்தான்.

ஆதியா ஒரு கனவு போல் உணர்ந்தாள்.

அவள் பல கதைகளைப் படித்திருக்கிறாள், அதில் முடிவு மிகவும் அதிசயமாக இருக்கும்.

ஆனால் தன் வாழ்வில் இப்படி ஒரு சம்பவம் நடக்கும் என்று அவள் நினைத்து கூட பார்க்கவில்லை.

காவேரி அடைப்பிலிருந்து விடுவிக்கப்பட்டால், மூன்று நண்பர்களும் தங்கள் வெற்றியைக் கொண்டாடினர்.

நிலத்தடி ஆய்வகம் முழுமையாக அரசால் கையகப்ப-டுத்தப்பட்டு சீல் வைக்கப்பட்டது.

பிரியா மற்றும் அவரது விஞ்ஞானிகள் குழு சிறையில் அடைக்கப்பட்டு அவர்களின் இறுதி தீர்ப்புக்காக காத்திருந்-தனர்.

விலங்குகள் அனைத்தும் காட்டுக்குள் விடப்பட்டன.

வைரமலை வனப்பகுதி தேசிய பூங்காவாக அறிவிக்கப்-பட்டு வனப்பகுதியில் உள்ள தாவரங்கள் மற்றும் விலங்கு-களை பாதுகாக்க தேவையான அனைத்து நடவடிக்கைகளும் எடுக்கப்பட்டது.

ஆதியா மீண்டும் தனது வீரத்திற்காக பாராட்டப்பட்-டாள்.

அவள் தொழில் மீதான காதல் பன்மடங்கு அதிகரித்தது.

அவள் தனது பத்திரிகையின் மூத்த மேலாளராக நிய-மிக்கப்பட்டாள்.

காவேரி அந்த சம்பவங்களை அடிப்படையாக வைத்து ஒரு நாவல் எழுதியிருந்தாள், அது மிகப்பெரிய வெற்றியைப் பெற்றது.

மூன்று நண்பர்களும் ஒருவர் மீது ஒருவர் வைத்தி-ருக்கும் அன்பினாலும் ஆதரவினாலும் மகிழ்ச்சி தளும்ப வாழ்ந்தனர்.

சில நாட்கள் கழித்து ஆதியாவை சந்திக்க வந்திருந்-தான் ஆதித்யா.

"ஹாய் ஆதியா, பக்கத்து மாநிலத்தில் நிகழும் தொடர் மர்ம மரணங்கள் குறித்து விசாரிக்கும் புதிய வழக்கு எனக்கு கொடுக்கப்பட்டுள்ளது."

"எனக்கு உங்கள் உதவி தேவைப்படும் என்று நினைக்கிறேன்," என்றான் ஆதித்யா.

ஆதியாவும் அவள் தோழிகளும் சிரித்தனர்.

"நான் தயார்" என்றாள் ஆதியா நம்பிக்கையுடன் புன்னகையுடன்.

என் அன்பான வாசகர்களுக்கு!

இந்த திகிலூட்டும் பயணம் உங்களுக்கு பிடித்திருக்கும் என நம்புகிறேன்.

இந்த பயணத்தில் இருந்து எனக்கு பிடித்த ஒரு அற்புத கருத்து என்னவென்றால், எந்தவொரு சந்தர்ப்பத்திலும் உங்கள் நம்பிக்கையை இழக்காதீர்கள், கடினமான காலங்களில் கூட, அற்புதங்கள் நடக்கும்!

உங்கள் வாழ்க்கையை வாழுங்கள், உங்கள் வாழ்க்கையை நேசியுங்கள், உங்கள் கனவுகளுக்காக போராடுங்கள், அதற்கு அப்பால் உள்ள அனைத்தும் தானாக இனிதே நடைபெறும்.

உங்கள் மதிப்புமிக்க கருத்தை கீழே உள்ள மின்னஞ்சலில் தெரிவிக்கவும்.

"varshasathiamoorthy@gmail.com"

அன்புடன்,

வர்ஷா

www.ingramcontent.com/pod-product-compliance
Lightning Source LLC
LaVergne TN
LVHW100321210926
848480LV00003B/1204
* 9 7 9 8 9 0 3 9 2 8 0 5 7 *